Khám Phá Thế Giới Burger Gourmet Sáng Tạo

AF746688

100 công thức đột phá giúp giải phóng bậc thầy nướng thịt bên trong bạn và tạo nên những bữa tiệc hương vị không giới hạn

Anh An

MỤC LỤC

MỤC LỤC

GIỚI THIỆU

Hãy sẵn sàng cho một chuyến phiêu lưu ẩm thực độc đáo, nơi nghệ thuật chế biến burger đạt đến đỉnh cao của sự sáng tạo và tinh tế. Trong "Khám Phá Thế Giới Burger Gourmet Sáng Tạo" bạn sẽ khám phá 100 công thức đột phá, từ những chiếc burger truyền thống được làm mới cho đến các biến tấu hiện đại kết hợp những nguyên liệu bất ngờ. Mỗi công thức được trình bày rõ ràng cùng với các mẹo nhỏ và kỹ thuật chuyên nghiệp, giúp bạn dễ dàng thể hiện đam mê nướng thịt và biến căn bếp của mình thành một xưởng sáng tạo đích thực. Hãy thắp sáng ngọn lửa đam mê, biến mỗi bữa ăn thành một tác phẩm nghệ thuật và tận hưởng cảm giác hài lòng khi mỗi miếng burger trở thành một trải nghiệm hương vị độc đáo và không thể cưỡng lại.

Trong các trang này, bạn sẽ khám phá một kho tàng công thức nấu ăn thể hiện thế giới đa dạng và thú vị của những chiếc bánh mì kẹp thịt dành cho người sành ăn. Từ bánh mì kẹp thịt bò cổ điển và các món gà mọng nước cho đến các món ăn chay và thực vật thay thế, chúng tôi đã tuyển chọn một bộ sưu tập đáp ứng mọi sở thích và sở thích ăn kiêng. Nhưng cuộc hành trình không dừng lại ở đó — hãy chuẩn bị để kích thích vị giác của bạn với vô số loại đồ phủ, nước sốt và biến thể bánh mì ngon lành sẽ nâng tầm sáng tạo bánh mì kẹp thịt của bạn lên tầm sành ăn.

Chúng tôi sẽ hướng dẫn bạn những điều cơ bản trong cách làm bánh mì kẹp thịt, từ việc chọn những miếng thịt phù hợp và tạo ra miếng chả hoàn hảo cho đến việc nắm vững nghệ thuật nướng và kết hợp các món kết hợp đầy hương vị. Cho dù bạn thích món bánh mì kẹp phô mai cổ điển, món sáng tạo có vị jalapeno bốc lửa hay một kiệt tác dành cho người sành ăn với sự kết hợp hương vị bất ngờ, cuốn sách nấu ăn này chính là tấm hộ chiếu cho bạn đến với niềm hạnh phúc của món bánh mì kẹp thịt.

Vì vậy, hãy đốt lò nướng, thu thập các nguyên liệu yêu thích của bạn và bắt tay vào cuộc phiêu lưu bánh mì kẹp thịt sẽ cách mạng hóa tiết mục ẩm thực của bạn. Hãy sẵn sàng thưởng thức hương vị, trải nghiệm kết cấu và tạo ra những khoảnh khắc đáng nhớ xung quanh niềm vui chung của một chiếc bánh mì kẹp thịt được chế biến hoàn hảo. Hãy cùng hòa mình vào thế giới hạnh phúc của bánh burger!

BÁNH MỲ KẸP THỊT BÒ

1.Bánh quế cổ điển với phô mai

THÀNH PHẦN:

- Phun xịt nonstick
- 1 pound thịt bò xay
- ½ muỗng cà phê muối
- 1 thìa cà phê tiêu đen mới xay
- 4 lát phô mai Mỹ, Cheddar hoặc Gruyère (tùy chọn)
- 4 chiếc bánh hamburger mua ở cửa hàng hoặc tự làm
- Sốt cà chua, mù tạt, xà lách, cà chua và dưa chua

HƯỚNG DẪN:

a) Làm nóng trước bàn ủi bánh quế ở mức trung bình. Phủ cả hai mặt của lưới sắt bánh quế bằng bình xịt chống dính.

b) Nêm thịt bò với muối và hạt tiêu rồi tạo thành 4 miếng chả, mỗi miếng có hình dạng gần giống bánh bao.

c) Đặt số lượng miếng vừa đủ vào khuôn làm bánh quế, đóng nắp và nấu cho đến khi thịt bò đạt nhiệt độ bên trong là 160°F trên nhiệt kế đọc tức thì trong 3 phút.

d) Khi các miếng bánh đã chín, lấy chúng ra khỏi khuôn làm bánh quế. Nếu bạn muốn một chiếc bánh mì kẹp thịt làm bánh quế với phô mai, hãy để một miếng bánh trong khuôn làm bánh quế, phủ phô mai lên trên và đóng nắp bánh quế thật nhanh—khoảng 5 giây.

e) Lặp lại Bước 3 và 4 với những miếng chả còn lại.

f) Dùng trên bánh bao với sốt cà chua, mù tạt, rau diếp, cà chua và dưa chua.

2. Burger tiramisu

THÀNH PHẦN:

- 1 ½ pound thịt bò xay
- Muối và hạt tiêu cho vừa ăn
- 4 bánh burger
- 4 thìa kem phô mai
- 4 muỗng canh sốt mayonaise
- 1 thìa cà phê hạt hòa tan
- 1 thìa bột cacao
- Lá rau diếp
- Cà chua thái lát
- Hành đỏ thái lát

HƯỚNG DẪN:

a) Làm nóng trước vỉ nướng hoặc vỉ nướng trên bếp ở lửa vừa cao.
b) Chia thịt bò xay thành 4 phần bằng nhau và tạo thành những miếng bánh burger. Nêm từng miếng bánh với muối và hạt tiêu.
c) Nướng các miếng bánh mì kẹp thịt trên vỉ nướng hoặc vỉ nướng trong khoảng 4-5 phút mỗi mặt hoặc cho đến khi chín tới mức độ chín mà bạn mong muốn.
d) Trong khi nướng bánh, hãy nướng bánh mì kẹp thịt.
e) Trong một bát nhỏ, trộn kem phô mai, sốt mayonnaise, hạt cà phê hòa tan và bột ca cao cho đến khi hòa quyện.
f) Rải hỗn hợp phô mai kem-ca cao lên nửa dưới của mỗi chiếc bánh mì kẹp thịt nướng.
g) Đặt một miếng bánh burger đã nấu chín lên trên lớp kem phô mai.
h) Phủ lá rau diếp, cà chua thái lát và hành đỏ thái lát lên trên bánh mì kẹp thịt.
i) Phủ nửa trên của chiếc bánh mì nướng lên bánh mì kẹp thịt.
j) Phục vụ bánh mì kẹp thịt Tiramisu với các món ăn phụ mà bạn lựa chọn, chẳng hạn như khoai tây chiên hoặc salad.

3.Burger Ricotta và rau bina

THÀNH PHẦN:

- 1 pound thịt bò xay
- 1 cốc phô mai ricotta
- ½ chén rau bina xắt nhỏ
- ½ thìa cà phê bột tỏi
- Muối và tiêu
- Bánh burger và topping tùy thích

HƯỚNG DẪN:

a) Làm nóng lò nướng hoặc chảo nướng của bạn ở nhiệt độ trung bình cao.
b) Trong một tô trộn, trộn thịt bò xay, phô mai ricotta, rau chân vịt xắt nhỏ, bột tỏi, muối và tiêu.
c) Trộn đều và tạo thành 4 miếng có kích thước bằng nhau.
d) Nướng bánh mì kẹp thịt trong 4-5 phút mỗi mặt hoặc cho đến khi chín theo ý thích của bạn.
e) Nướng bánh burger trên vỉ nướng.
f) Lắp ráp bánh mì kẹp thịt với lớp phủ bên trên mà bạn mong muốn.
g) Phục vụ và thưởng thức.

4. Burgers toàn Mỹ

THÀNH PHẦN:

bánh mì kẹp thịt

- 1 củ hành tây nhỏ, thái hạt lựu nhỏ
- Muối Kosher và hạt tiêu đen mới xay
- ¾ pound thịt bò xay (80% nạc)
- 2 bánh burger khoai tây, cắt đôi theo chiều ngang
- 1 muỗng canh bơ không muối
- 4 lát phô mai Mỹ
- ¼ cốc dưa chua đổ nước đã ráo nước
- ½ chén rau diếp thái nhỏ, đóng gói lỏng lẻo

SỐT ĐẶC BIỆT

- ½ cốc sốt mayonaise
- ¼ cốc sốt cà chua
- 2 muỗng canh dưa chua ngọt, để ráo nước
- ½ thìa cà phê bột mù tạt (chẳng hạn như của Colman)
- ½ thìa cà phê bột tỏi
- ½ thìa cà phê bột hành
- ¼ thìa cà phê đường

HƯỚNG DẪN:

a) Làm khô hành tây. Làm nóng lò ở nhiệt độ 325°F. Trải hành tây lên một tấm chảo nhỏ thành một lớp đều. Nêm với muối và hạt tiêu. Nướng trong vòng 25 đến 27 phút, cho đến khi chín và bắt đầu có màu nâu xung quanh các cạnh. Lấy ra khỏi lò và để nguội.

b) Tạo thành bánh mì kẹp thịt. Cho thịt bò xay vào tô lớn và nêm ½ thìa cà phê muối và ¼ thìa cà phê tiêu. Dùng tay trộn nhẹ nhàng cho đến khi vừa hòa quyện. Chia thịt bò thành 4 viên có kích thước bằng nhau. Đặt các quả bóng cách nhau vài inch, giữa hai lớp giấy sáp. Nhấn các quả bóng thành những miếng mỏng, dày ⅛ đến ¼ inch, đường kính 4½ inch. Làm lạnh miếng chả trong tủ lạnh ít nhất 5 phút.

c) Làm nước sốt. Trong một bát nhỏ, trộn sốt mayonnaise, sốt cà chua, gia vị, bột mù tạt, bột tỏi, bột hành và đường. Nêm với muối và hạt tiêu.

d) Nướng bánh mì. Đun nóng chảo gang lớn ở nhiệt độ trung bình cao. Làm theo từng đợt, nướng bánh trong chảo khô, cắt mặt xuống trong khoảng 1 đến 2 phút cho đến khi bánh có màu nâu nhạt. Chuyển đến bề mặt làm việc sạch sẽ, khô ráo. Rưới một lớp nước sốt mỏng lên mặt dưới và mặt trên của bánh.

e) Nấu bánh mì kẹp thịt. Lấy miếng chả ra khỏi tủ lạnh. Trong cùng một chiếc chảo dùng để nướng bánh, làm tan bơ ở mức cao vừa. Ngay trước khi nấu, rắc muối lên mặt trên của miếng chả. Đặt hai miếng chả vào chảo, úp mặt có muối xuống. Nêm muối lên trên. Nấu trong 2 phút ở mặt đầu tiên hoặc cho đến khi chín vàng. Lật bánh mì kẹp thịt và nấu thêm 1 phút hoặc cho đến khi chín vàng. Chuyển đến đáy bánh mì và ngay lập tức phủ một lát phô mai lên trên mỗi chiếc bánh mì kẹp thịt. Đặt hai miếng còn lại vào chảo, úp mặt có muối xuống. Nêm muối lên trên. Nấu trong 2 phút ở mặt đầu tiên hoặc cho đến khi chín vàng. Lật bánh mì kẹp thịt và phủ một lát phô mai lên trên mỗi chiếc. Nấu thêm 1 phút nữa hoặc cho đến khi chín vàng và phô mai tan chảy. Chuyển ngay miếng chả đã nấu chín sang bánh mì kẹp thịt phủ phô mai. Để yên trong 1 phút để lớp nhân trên cùng tan chảy với lớp phô mai ở lớp nhân dưới cùng.

f) Lắp ráp bánh mì kẹp thịt. Phủ 1 thìa hành tây, vài lát dưa chua, một nắm rau diếp nhỏ lên trên mỗi chiếc bánh mì kẹp thịt và phần mặt bánh.

5.Bánh mì kẹp thịt ăn sáng với Bacon

THÀNH PHẦN:

- 6 ounce thịt bò nạc xay
- 4 miếng thịt xông khói, nấu chín cho đến khi giòn
- Muối để nếm
- Mỡ động vật
- 2 bánh burger
- 2 lát phô mai Mỹ
- 2 quả trứng vừa, chiên
- 2 củ khoai tây chiên, nấu chín và giữ ấm

HƯỚNG DẪN:

a) Nặn thịt bò thành từng miếng mỏng, đều. Mùa muối.
b) Quét mỡ động vật lên vỉ và đặt các miếng chả lên trên.
c) Nướng khoảng 4 phút mỗi mặt.
d) Lấy bánh mì kẹp thịt ra khỏi vỉ nướng và đặt từng chiếc bánh vào một chiếc bánh.
e) Phủ một lát phô mai, thịt xông khói, trứng rán và khoai tây chiên màu nâu lên trên.

6.Bắt chước trong N' Out Burger

THÀNH PHẦN:

BÁNH MÌNH:

- 1 lb. Thịt bò xay (ưu tiên 80/20)
- Muối và tiêu
- 4 lát phô mai Mỹ màu vàng

NƯỚC XỐT:

- ⅓ cốc Mayo
- 1 muỗng canh sốt cà chua không đường
- 1 thìa cà phê mù tạt
- 2 thìa dưa chua thái hạt lựu
- 1-2 thìa nước ép dưa chua
- ½ Muỗng Cà Phê Muối
- ½ thìa cà phê ớt bột
- ½ thìa cà phê bột tỏi

HÀNG ĐẦU:

- "Bánh" Xà lách Iceberg
- Cà chua thái lát
- Dưa muối
- ½ củ hành vàng, thái mỏng
- Tùy chọn - Bánh bao thông minh

HƯỚNG DẪN:

a) Bắt đầu bằng việc chuẩn bị nước sốt. Trong một bát nhỏ, trộn mayo, sốt cà chua không đường, 1 thìa cà phê mù tạt, dưa chua thái hạt lựu, nước dưa chua và gia vị. Trộn và kiểm tra hương vị. Các hương vị sẽ hòa quyện với nhau tốt hơn theo thời gian, vì vậy hãy thoải mái điều chỉnh.

b) Để chuẩn bị những miếng bánh hamburger, hãy đong 2 ounce thịt cho mỗi miếng bánh và cuộn chúng thành thịt viên. Lặp lại để bạn có tổng cộng 10 viên thịt. Nêm muối biển và hạt tiêu đen lên trên.

c) Làm nóng trước gang/vỉ nướng của bạn ở nhiệt độ cao. Thêm một ít dầu vào chảo nếu cần thiết. Đặt hai viên thịt lên vỉ nướng hoặc chảo, dùng thìa rộng và ấn xuống.

d) Rắc mù tạt lên trên (tùy chọn) trước khi lật. Làm việc nhanh chóng. Khi các cạnh có màu nâu, hãy lật chúng lại.

e) Đặt một miếng phô mai Mỹ lên một miếng bánh mì kẹp thịt và xếp miếng bánh thứ hai lên trên.

f) Để lắp ráp, hãy bắt đầu với miếng rau diếp ở dưới cùng, thêm hành tây thái lát, miếng bánh mì kẹp thịt xếp chồng lên nhau, cà chua, dưa chua và nước sốt.

g) Che với bánh rau diếp thứ hai và đào vào!

7. Thanh trượt phô mai Chile xanh

THÀNH PHẦN:

- 5 muỗng canh dầu thực vật, chia
- 1 củ hành tây, thái nhỏ
- 3 (4 ounce) lon ớt xanh cắt nhỏ, để ráo nước
- 1 tép tỏi, băm nhỏ
- ¼ cốc sốt mayonaise
- 1 muỗng canh nước cốt chanh
- ¾ muỗng cà phê muối ăn, chia
- 1 pound thịt bò xay nạc 85 phần trăm
- ¼ thìa cà phê tiêu
- 4 ounce phô mai Jack tiêu, cắt nhỏ (1 cốc)
- 12 miếng bánh mì trắng mềm hoặc bánh hamburger dạng trượt, cắt lát và nướng

HƯỚNG DẪN:

a) Đun nóng chảo gang 12 inch trên lửa vừa trong 3 phút. Thêm 2 muỗng canh dầu và đun nóng cho đến khi sủi bọt. Thêm hành tây và nấu cho đến khi mềm, khoảng 5 phút. Khuấy ớt và tỏi và nấu cho đến khi có mùi thơm, khoảng 1 phút.
b) Chuyển hỗn hợp vào máy xay thực phẩm và xay thành hỗn hợp sệt, khoảng 1 phút, cạo dọc thành bát nếu cần.
c) Cho ½ cốc tương ớt đã qua chế biến, sốt mayonnaise, nước cốt chanh và ¼ thìa cà phê muối vào bát; để qua một bên.
d) Cho tương ớt còn lại, thịt bò, ½ thìa muối và ¼ thìa cà phê tiêu vào tô lớn và dùng tay nhào cho đến khi hòa quyện. Chia hỗn hợp thịt thành 12 viên tròn nhẹ, sau đó dẹt thành từng miếng dày ¼ inch. Chuyển miếng chả ra đĩa và để trong tủ lạnh cho đến khi nguội, khoảng 30 phút.
e) Lau sạch chảo trống bằng khăn giấy và đun nóng trên lửa vừa trong 5 phút. Thêm 1 muỗng canh dầu và đun nóng cho đến khi bốc khói.
f) Đặt 4 chiếc bánh mì kẹp thịt vào chảo và nấu không di chuyển cho đến khi mặt đầu tiên chín vàng, khoảng 2 phút. Lật bánh mì kẹp thịt và phủ 1 muỗng canh hạt tiêu Jack lên trên.
g) Đậy nắp và tiếp tục nấu cho đến khi mặt thứ hai chín vàng và phô mai tan chảy, khoảng 2 phút.
h) Lặp lại làm hai mẻ với 2 thìa dầu còn lại, bánh mì kẹp thịt và hạt tiêu Jack. Phục vụ bánh mì kẹp thịt trong bánh, phủ sốt ớt.

8.Thanh trượt hamburger lâu đài trắng

THÀNH PHẦN:

- 2 pound Thịt bò nạc xay
- ¼ chén hành khô băm
- ¼ cốc nước nóng
- Thức ăn trẻ em dạng lọ 3 ounce thịt bò căng
- ⅔ cốc nước luộc thịt bò trong suốt
- 1 gói Bánh mì xúc xích

HƯỚNG DẪN:

a) Ngâm ¼ cốc hành tây băm khô trong ¼ cốc nước nóng cho đến khi mềm trong khi trộn 2 pound thịt bò xay với lọ 3 ounce thức ăn cho trẻ em đã lọc thịt bò và ⅔ cốc nước luộc thịt bò trong.

b) Giữ cho các miếng chả đồng đều bằng cách sử dụng ¼ cốc hỗn hợp thịt cho mỗi miếng chả, dẹt thành ¼ inch và chiên nhanh trong dầu 1 T cho mỗi miếng chả trên vỉ nướng nóng. Tạo 3 hoặc 4 lỗ trên miếng chả trong khi chiên.

c) Cắt bánh xúc xích làm đôi. Cắt bỏ các đầu tròn. Chiên 1 thìa hành tây dưới mỗi miếng bánh khi chiên mặt thứ 2. Cho từng miếng nhân vào bánh với 2 miếng dưa chua thì là, mù tạt và sốt mèo.

9.Thanh trượt phô mai

THÀNH PHẦN:

- 2 lb. thịt bò xay (910 g)
- 1 thìa cà phê muối
- 2 thìa cà phê hạt tiêu
- 2 thìa cà phê bột tỏi
- ½ củ hành trắng, thái hạt lựu
- 6 lát phô mai cheddar
- 12 bánh cuộn ăn tối hoặc bánh cuộn ngọt kiểu Hawaii
- 2 muỗng canh bơ, tan chảy
- 1 muỗng canh hạt vừng

HƯỚNG DẪN:

a) Làm nóng lò ở nhiệt độ 350°F (175°C).

b) Cho thịt bò, muối, tiêu và bột tỏi vào đĩa nướng có viền 9x13 inch (23x33 cm), trộn kỹ rồi ấn thành một lớp phẳng, đều. Nướng trong 20 phút. Xả chất lỏng và đặt thịt bò nấu chín sang một bên.

c) Cắt cuộn làm đôi theo chiều dọc. Đặt nửa dưới vào cùng một đĩa nướng. Đặt thịt bò đã nấu chín lên các cuộn, tiếp theo là hành tây và phô mai. Top với các cuộn còn lại.

d) Phết bơ tan chảy lên mặt bánh cuộn và rắc hạt vừng lên trên. Nướng trong 20 phút hoặc cho đến khi bánh mì có màu vàng nâu và phô mai tan chảy.

e) Cắt thành từng thanh trượt riêng lẻ, sau đó phục vụ.

10.Burger Angus đen với phô mai cheddar

THÀNH PHẦN:

- 2 bảng Thịt bò Angus xay
- 3 Ớt poblano nướng, bỏ hạt và; cắt làm ba phần
- 6 lát Phô mai cheddar vàng
- 6 Bánh hamburger cuộn
- Xà lách sồi đỏ baby
- Hành đỏ ngâm
- Sốt tiêu Poblano
- Muối và hạt tiêu đen mới xay

HƯỚNG DẪN:

a) Chuẩn bị một đống lửa củi hoặc than củi rồi đốt thành than hồng.

b) Trong một tô trộn lớn, nêm thịt bò angus với muối và tiêu. Làm lạnh trước khi dùng. Khi sẵn sàng sử dụng, tạo thành các đĩa dày 1 inch.

c) Nướng trong năm phút mỗi mặt ở mức tái vừa. Trong năm phút cuối cùng phủ phô mai cheddar lên trên.

d) Khi nướng xong, đặt bánh mì kẹp thịt lên một nửa chiếc bánh mì kẹp thịt và phủ sồi đỏ non, ớt poblano, dầu giấm và hành tím ngâm lên trên.

e) Phục vụ ngay lập tức.

11. Burger rừng đen

THÀNH PHẦN:

- 1 lb thịt bò xay
- 1/4 chén giăm bông rừng đen nấu chín cắt nhỏ
- 1/4 chén hành tây xắt nhỏ
- 1/4 cốc quả anh đào đen đã bỏ hạt và cắt đôi
- 2 muỗng canh sốt Worcestershire
- 1 muỗng cà phê húng tây khô
- 1/2 thìa cà phê bột tỏi
- Muối và hạt tiêu đen cho vừa ăn
- 4 bánh burger
- 4 lát phô mai Thụy Sĩ
- 4 lá xà lách
- 4 lát cà chua

HƯỚNG DẪN:

a) Trong một tô trộn lớn, trộn thịt bò xay, giăm bông cắt nhỏ, hành tây, quả anh đào, sốt Worcestershire, húng tây, bột tỏi, muối và tiêu đen.

b) Trộn đều để kết hợp. Tạo thành hỗn hợp thành 4 miếng. Làm nóng vỉ nướng hoặc chảo nướng trên lửa vừa cao.

c) Nướng bánh mì kẹp thịt trong 3-4 phút mỗi mặt hoặc cho đến khi chín tới mức độ chín mà bạn mong muốn.

d) Trong phút nấu cuối cùng, hãy thêm một lát phô mai Thụy Sĩ vào mỗi chiếc bánh mì kẹp thịt. Nướng bánh burger trên vỉ nướng.

e) Lắp ráp bánh mì kẹp thịt bằng cách đặt một lá rau diếp và một lát cà chua lên chiếc bánh dưới cùng.

f) Phủ lên trên một miếng bánh burger và phần bánh trên cùng.

12. Burger Wagyu

THÀNH PHẦN:

- 1 lb Burger bò Wagyu Thịt bò wagyu Mỹ
- Rau diếp (Tùy chọn)
- Cà chua (Tùy chọn)
- Hành tây (Tùy chọn)
- Sốt cà chua (Tùy chọn)
- Mù tạt (Tùy chọn)

HƯỚNG DẪN:

a) Chia bánh burger thành 2 đến 4 miếng bánh burger wagyu.
b) Đun nóng chảo hoặc nướng ở lửa vừa cao.
c) Đặt từng chiếc burger wagyu vào chảo. Nêm một chút muối.
d) Không di chuyển hoặc lật bánh mì kẹp thịt cho đến khi phần dưới tạo thành lớp vỏ màu nâu caramen.
e) Nấu đến nhiệt độ mong muốn ở mặt đầu tiên.
f) Lật từng chiếc burger wagyu và nấu ở nhiệt độ mong muốn ở mặt thứ hai.

12.Burger Wagyu

THÀNH PHẦN:

- 1 lb Burger bò Wagyu Thịt bò wagyu Mỹ
- Rau diếp (Tùy chọn)
- Cà chua (Tùy chọn)
- Hành tây (Tùy chọn)
- Sốt cà chua (Tùy chọn)
- Mù tạt (Tùy chọn)

HƯỚNG DẪN:

a) Chia bánh burger thành 2 đến 4 miếng bánh burger wagyu.
b) Đun nóng chảo hoặc nướng ở lửa vừa cao.
c) Đặt từng chiếc burger wagyu vào chảo. Nêm một chút muối.
d) Không di chuyển hoặc lật bánh mì kẹp thịt cho đến khi phần dưới tạo thành lớp vỏ màu nâu caramen.
e) Nấu đến nhiệt độ mong muốn ở mặt đầu tiên.
f) Lật từng chiếc burger wagyu và nấu ở nhiệt độ mong muốn ở mặt thứ hai.

13. Burger bít tết đen và xanh

THÀNH PHẦN:

- ¾ pound bít tết sườn béo ngậy
- ¾ pound bít tết thịt thăn trên cùng
- 2 ounce phô mai xanh
- 1 nhúm muối và hạt tiêu đen mới xay cho vừa ăn
- 1 ½ muỗng canh sốt mayonnaise, hoặc nếm thử
- 4 chiếc bánh hamburger, cắt đôi và nướng
- 2 ounce hành đỏ ngâm, hoặc nếm thử

HƯỚNG DẪN:

a) Cắt miếng bít tết làm đôi, sau đó thành dải dày khoảng 1/4 đến 1/2 inch. Đặt vào một cái bát và bọc bằng màng bọc thực phẩm. Đông lạnh cho đến khi thật lạnh và cứng, nhưng không đông hẳn, khoảng 30 phút đến 1 giờ. Đặt phô mai xanh vào tủ đông để dễ xử lý hơn.

b) Cắt miếng bít tết đông lạnh một phần bằng dao sắc hoặc dao cắt thịt cho đến khi nó giống như thịt xay thô. Rắc khoảng ½ cốc phô mai xanh (chưa đóng gói) lên trên; dùng dao để gấp và băm nhỏ vào thịt.

c) Làm ẩm nhẹ tay bằng nước và cuộn hỗn hợp thành 3 hoặc 4 miếng bánh

d) Làm phẳng từng miếng bọc nhựa; niêm phong và làm lạnh cho đến khi sẵn sàng để nấu.

e) Mở gói miếng chả ra và tiếp tục ép chúng đến độ mỏng mà bạn mong muốn. Nêm cả hai mặt với muối và hạt tiêu.

f) Đun nóng chảo gang khô trên lửa vừa cao cho đến khi thật nóng. Chiên từng miếng bánh mà không làm xáo trộn cho đến khi hình thành lớp vỏ ở dưới đáy, khoảng 3 phút. Lật nhẹ và tiếp tục nấu cho đến khi ấn nhẹ bề mặt trở lại, khoảng 3 phút nữa.

g) Rưới một ít sốt mayonnaise lên mỗi nửa chiếc bánh dưới cùng. Bày những miếng chả lên bánh, phủ hành tím ngâm lên trên.

14. Bánh mì kẹp phô mai cuối cùng

THÀNH PHẦN:

- 700g bít tết xay thô
- Dầu ô liu nguyên chất, để đánh răng
- 4 lát phô mai ngon
- 2/3 cốc (190g) mù tạt Mỹ
- 4 bánh sữa, chia đôi, nướng
- 8 quả dưa chua thì là lớn, thái lát dài
- 2/3 cốc (165ml) nước sốt cà chua
- 1 củ hành trắng nhỏ

HƯỚNG DẪN:

a) Nêm thịt băm, sau đó chia thành bốn phần bằng nhau. Cuộn từng viên thành từng viên và dẹt thành bốn miếng lớn hơn bánh bao một chút (thịt sẽ co lại khi nấu). Thư giãn trong 30 phút để hơi cứng lại.

b) Làm nóng trước bếp nướng thịt hoặc chảo rán lớn ở nhiệt độ cao và phết dầu. Nêm các miếng chả, sau đó nướng khoảng 1-2 phút một mặt cho đến khi chín vàng, sau đó lật và đặt các lát phô mai lên trên mỗi miếng chả.

c) Nấu thêm 1 phút nữa hoặc cho đến khi phô mai tan chảy và miếng chả vừa chín tới. Để kết hợp, phết một nửa mù tạt lên đế bánh, sau đó phủ các miếng chả, dưa chua thái lát, sốt cà chua và mù tạt còn lại lên trên.

d) Rắc hành tây lên trên, sau đó đậy nắp bánh lên trên để thưởng thức.

15. Burger bò với phô mai provolone và dưa chua

THÀNH PHẦN:

- 2 lát bánh mì trắng
- ½ cốc (125ml) sữa
- 500g thịt bò bằm
- 1 quả trứng, đánh nhẹ
- 2 muỗng canh hẹ xắt nhỏ
- ½ cốc (40g) parmesan bào mịn
- 4 lát phô mai provolone
- 4 bánh burger, nướng nhẹ
- Tương ớt cà chua (tùy chọn), cà chua thái lát và lá cos baby để ăn kèm

DỪA ĐẸP

- ½ cốc (125ml) giấm rượu vang đỏ
- 2 muỗng canh đường bột
- 1 muỗng canh hạt tiêu hồng, bầm tím
- ½ muỗng canh hạt thì là, nghiền nát
- ½ bó cà rốt và củ cải Hà Lan, thái lát mỏng
- 1 củ hành đỏ nhỏ, cắt thành khoanh 5 mm
- ½ dưa chuột Lebanon, thái lát

HƯỚNG DẪN:

a) Để có những món dưa chua đẹp mắt, cho giấm, đường, 1/3 cốc (80ml) nước, hạt tiêu, hạt thì là và 1 thìa canh muối mảnh vào nồi nhỏ trên lửa lớn. Đun sôi trong 1 phút, sau đó để nguội hoàn toàn. Đặt rau vào hộp nông, đổ chất lỏng lên trên và để trong 20 phút.

b) Đặt bánh mì và sữa vào tô vừa. Ngâm 5 phút. Nhẹ nhàng bóp bánh mì và loại bỏ sữa thừa. Đặt bánh mì vào tô lớn với thịt băm, trứng, lá hẹ và parmesan. Nêm và kết hợp tốt. Chia hỗn hợp thành 4 và tạo hình thành từng miếng. Đặt lên đĩa, đậy nắp và để lạnh 30 phút cho cứng lại.

c) Đun nóng vỉ nướng hoặc chảo nướng trên lửa vừa cao. Nấu miếng chả 3 phút mỗi mặt hoặc cho đến khi chín. Phủ phô mai lên trên (nhiệt dư sẽ làm tan chảy phô mai). Trên mỗi đế bánh đặt tương ớt, cà chua, bánh cos, bánh mì kẹp thịt, dưa chua ráo nước và nắp bánh.

16. Bữa sáng Burger với cải xoăn Microgreen

THÀNH PHẦN:

CÁC BÁNH TRÁNG

- 450g thịt bò xay ăn cỏ
- ⅓ chén mỡ lợn giòn
- 1 muỗng canh mù tạt Dijon
- 3 tép tỏi, băm nhỏ
- 1 quả trứng đã chăn thả
- ¼ thìa cà phê muối Himalayan hoặc muối biển chưa tinh chế
- ¼ thìa cà phê tiêu đen mới nứt
- ¼ muỗng cà phê hạt hồi
- 1/8 thìa cà phê đinh hương xay
- 1 hạt tiêu jalapeño, bỏ hạt và thái nhỏ
- ¼ chén mùi tây tươi, thái nhỏ
- 2 thìa bạc hà tươi, thái nhỏ
- 1 muỗng canh hương thảo tươi, thái nhỏ
- ½ chén dưa bắp cải vắt khá khô và cắt nhỏ

ĐỂ TRANG TRÍ

- 1 nắm cải xoăn tươi
- 2 lát cà chua
- 3 lát bơ
- ¼ cốc dưa cải bắp
- 1 quả trứng chiên
- 1 dải thịt xông khói, nấu chín và cắt thành 2 miếng

HƯỚNG DẪN:

a) Bắt đầu bằng cách nấu số lượng lát thịt xông khói cần thiết và đặt sang một bên.
b) Trong máy xay thực phẩm, thêm mỡ lợn, mù tạt Dijon, tỏi, trứng, muối, hạt tiêu, đinh hương xay và hạt hồi vào rồi chế biến thành hỗn hợp sệt.
c) Cho hỗn hợp đó vào tô cùng với thịt bò xay, ớt jalapeño, rau mùi tây, bạc hà, hương thảo và dưa cải bắp, rồi dùng tay nhào đều cho đến khi hòa quyện.
d) Tạo hỗn hợp thịt thành 3 hoặc 4 miếng thịt bò.
e) Làm nóng lò nướng ngoài trời của bạn ở mức cao.
f) Sau khi vỉ nướng của bạn đã đẹp và nóng, hãy giảm nhiệt độ và đặt các miếng chả lên vỉ nướng; nấu khoảng 4 phút mỗi mặt hoặc cho đến khi miếng chả chín theo ý thích của bạn.
g) Ngoài ra, bạn cũng có thể nấu lại miếng thịt bò trong chảo trên lửa vừa phải, khoảng 4 phút mỗi mặt.
h) Trong khi nấu thịt, hãy chiên số lượng trứng tùy thích để trang trí cho bánh mì kẹp thịt của bạn.
i) Để gói những chiếc bánh mì kẹp thịt, hãy bắt đầu bằng cách đặt một ít rau xanh cải xoăn ở đáy đĩa.
j) Đặt miếng thịt bò ngay trên đó, tiếp theo là dưa cải bắp và vài lát cà chua và bơ.
k) Thêm trứng chiên lên trên tất cả những thứ đó, và cuối cùng, đặt hai miếng thịt xông khói nấu chín ngay trên quả trứng của bạn.

17. Burger cay Sous Vide

THÀNH PHẦN:

- mâm cặp đất 2 pound
- 1 muỗng canh dầu thực vật
- 1 củ hành vàng, thái nhỏ
- 2 thìa gừng tươi băm nhỏ
- 2 tép tỏi, thái nhỏ
- 2 thìa cà phê ớt cayenne
- 1 thìa cà phê thì là xay
- 1 thìa cà phê garam masala
- 2 thìa cà phê muối
- 4 miếng ớt thái lát hoặc phô mai cheddar
- 4 cuộn Kaiser

HƯỚNG DẪN:

a) Đặt Anova của bạn thành 135F/57,2C.

b) Đun nóng dầu trong chảo trên lửa vừa rồi cho hành, gừng và tỏi vào xào cho đến khi mềm.

c) Trong một tô lớn, trộn thịt bò với hỗn hợp hành tây và ớt cayenne, thì là, garam masala và muối. Trộn đều và tạo thành 4 miếng.

d) Đặt các miếng chả vào túi hút chân không và ngâm trong nồi cách thủy trong 45 phút.

e) Khi bánh mì kẹp thịt gần chín, hãy đun nóng chảo gang trên lửa cao. Lấy bánh mì kẹp thịt ra khỏi túi, đặt vào chảo và phủ một lát phô mai lên trên. Nấu trong 5 phút hoặc cho đến khi phô mai bắt đầu tan chảy. Ăn kèm với bánh cuộn kaiser.

18. Bánh mì kẹp thịt bò Caribe với Salsa xoài

THÀNH PHẦN:

- 1-1/2 pound Thịt bò xay
- 2 muỗng canh gia vị giật vùng Caribe

MANGO SALSA:

- 1 quả xoài lớn, gọt vỏ, thái nhỏ
- 1 muỗng canh rau mùi tươi xắt nhỏ
- 1 muỗng canh hành lá xắt nhỏ
- 1 muỗng canh hạt tiêu jalapeño thái nhỏ
- 1 muỗng canh nước cốt chanh tươi

HƯỚNG DẪN:

a) Cho thịt bò xay và gia vị khô vào tô lớn, trộn nhẹ nhưng kỹ. Tạo hình thành bốn miếng chả dày 3/4 inch.

b) Đặt các miếng chả lên lưới trên than vừa phủ tro.

c) Nướng, đậy nắp, từ 11 đến 15 phút, cho đến khi nhiệt kế đọc ngay được cắm theo chiều ngang vào thanh ghi ở giữa 160°F, thỉnh thoảng xoay. Nêm muối tùy thích.

d) Mẹo của người nấu ăn: Thời gian nấu dành cho thịt bò xay tươi hoặc đã rã đông kỹ. Thịt bò xay nên được nấu ở nhiệt độ bên trong là 160°F.

e) Trong khi đó, trộn các nguyên liệu salsa vào tô vừa, trộn nhẹ. Phục vụ bánh mì kẹp thịt với salsa.

BURGER THỪA

19.bánh mì kẹp thịt cừu

THÀNH PHẦN:

- 2 pound thịt cừu xay
- ½ muỗng canh bột hành
- ½ muỗng canh bột tỏi
- ¼ thìa cà phê thì là xay
- Muối và tiêu đen xay theo yêu cầu

HƯỚNG DẪN:

a) Trong một cái bát, thêm tất cả các thành phần và trộn đều.
b) Làm 6 miếng có kích thước bằng nhau từ hỗn hợp.
c) Sắp xếp các miếng chả lên SearPlate đã được bôi mỡ thành một lớp.
d) Nhấn nút AIR OVEN MODE của Lò nướng không khí kỹ thuật số Ninja Foodi và xoay nút xoay để chọn chế độ "Air Fry".
e) Nhấn nút THỜI GIAN/LƯỢT và xoay nút xoay một lần nữa để đặt thời gian nấu thành 8 phút.
f) Bây giờ hãy nhấn nút TEMP/SHADE và xoay nút xoay để đặt nhiệt độ ở mức 360 ° F.
g) Nhấn nút "Bắt đầu/Dừng" để bắt đầu.
h) Khi thiết bị phát ra tiếng bíp cho biết thiết bị đã được làm nóng trước, hãy mở cửa lò.
i) Đưa SearPlate vào lò nướng.
j) Lật bánh mì kẹp thịt một lần giữa chừng.
k) Khi nấu xong, mở cửa lò và dùng nóng.

20. Thịt cừu Ma-rốc và bánh mì kẹp thịt Harissa

THÀNH PHẦN:

- 500g thịt cừu băm
- 2 muỗng canh bột harissa
- 1 muỗng canh hạt thì là
- 2 bó cà rốt gia truyền
- 1/2 bó bạc hà, hái lá
- 1 muỗng canh giấm rượu vang đỏ
- 80g phô mai Leicester đỏ, bào thô
- Bánh brioche 4 hạt, chia đôi
- 1/3 cốc (65g) phô mai

HƯỚNG DẪN:

a) Lót khay nướng bằng giấy nướng. Đặt thịt băm vào tô và nêm gia vị vừa đủ. Thêm 1 muỗng canh harissa và trộn đều bằng tay sạch.

b) Nặn hỗn hợp thịt cừu thành 4 miếng và rắc hạt thì là. Đặt lên khay đã chuẩn bị sẵn, đậy nắp và làm lạnh cho đến khi cần (đưa miếng chả về nhiệt độ phòng trước khi nấu).

c) Trong khi đó, trộn cà rốt, bạc hà và giấm vào tô và để riêng để ngâm một chút.

d) Đun nóng vỉ nướng hoặc chảo nướng than ở lửa vừa cao. Nướng miếng chả trong 4-5 phút mỗi mặt hoặc cho đến khi hình thành lớp vỏ ngon. Phủ phô mai lên trên, sau đó đậy lại (dùng giấy bạc nếu sử dụng chảo nướng than) và nấu mà không cần lật trong 3 phút nữa hoặc cho đến khi phô mai tan chảy và các miếng chả chín đều.

e) Nướng bánh brioche, cắt mặt xuống trong 30 giây hoặc cho đến khi nướng nhẹ. Chia phô mai tươi vào các đế bánh, sau đó phủ hỗn hợp cà rốt ngâm lên trên.

f) Thêm miếng chả và 1 muỗng canh harissa còn lại. Đậy nắp lại, bóp sao cho sợi harissa chảy xuống hai bên và dính vào.

21.Burger thịt cừu Địa Trung Hải

THÀNH PHẦN:

- 1 lb thịt cừu xay
- 1/4 chén hành đỏ thái nhỏ
- 2 tép tỏi, băm nhỏ
- 1 muỗng canh mùi tây tươi xắt nhỏ
- 1 muỗng canh bạc hà tươi xắt nhỏ
- 1 thìa cà phê thì là xay
- Muối và hạt tiêu cho vừa ăn
- 4 bánh burger
- Sốt Tzatziki, xà lách và cà chua để phủ lên trên

HƯỚNG DẪN:

a) Trong một cái bát, trộn thịt cừu xay, hành đỏ, tỏi, mùi tây, bạc hà, thì là, muối và tiêu.
b) Trộn đều cho đến khi tất cả các thành phần được kết hợp đồng đều.
c) Chia hỗn hợp thành bốn phần bằng nhau và tạo hình thành những miếng chả.
d) Làm nóng trước vỉ nướng hoặc chảo bếp trên lửa vừa cao.
e) Nướng miếng thịt cừu trong khoảng 4-5 phút mỗi mặt hoặc cho đến khi chúng đạt độ chín như bạn mong muốn.
f) Nướng nhẹ bánh burger trên vỉ nướng hoặc trong máy nướng bánh mì.
g) Rưới sốt tzatziki lên nửa dưới của mỗi chiếc bánh.
h) Đặt miếng thịt cừu lên trên, tiếp theo là rau diếp và cà chua.
i) Phủ nửa trên của chiếc bánh lên và thưởng thức.

22. Burger thịt cừu Harissa cay

THÀNH PHẦN:

- 1 lb thịt cừu xay
- 2 muỗng canh bột harissa
- 2 tép tỏi, băm nhỏ
- 1 thìa cà phê thì là xay
- 1/2 muỗng cà phê rau mùi đất
- Muối và hạt tiêu cho vừa ăn
- 4 bánh burger
- Hành đỏ cắt lát và rau arugula để phủ lên trên

HƯỚNG DẪN:

a) Trong một cái bát, trộn thịt cừu xay, bột harissa, tỏi, thì là, rau mùi, muối và hạt tiêu.
b) Trộn đều cho đến khi tất cả các thành phần được kết hợp đồng đều.
c) Chia hỗn hợp thành bốn phần bằng nhau và tạo hình thành những miếng chả.
d) Làm nóng trước vỉ nướng hoặc chảo bếp trên lửa vừa cao.
e) Nướng miếng thịt cừu trong khoảng 4-5 phút mỗi mặt hoặc cho đến khi chúng đạt độ chín như bạn mong muốn.
f) Nướng nhẹ bánh burger trên vỉ nướng hoặc trong máy nướng bánh mì.
g) Đặt miếng thịt cừu vào nửa dưới của mỗi chiếc bánh.
h) Phủ hành đỏ thái lát và rau arugula lên trên.
i) Phủ nửa trên của chiếc bánh lên và thưởng thức.

23.Burger thịt cừu Hy Lạp

THÀNH PHẦN:

- 1 lb thịt cừu xay
- 1/4 chén phô mai feta vụn
- 1/4 chén ô liu Kalamata cắt nhỏ
- 2 tép tỏi, băm nhỏ
- 1 thìa cà phê lá oregano khô
- Muối và hạt tiêu cho vừa ăn
- 4 bánh burger
- Sốt Tzatziki, xà lách và cà chua để phủ lên trên

HƯỚNG DẪN:

a) Trong một cái bát, trộn thịt cừu xay, phô mai feta, ô liu Kalamata, tỏi, lá oregano, muối và tiêu.

b) Trộn đều cho đến khi tất cả các thành phần được kết hợp đồng đều.

c) Chia hỗn hợp thành bốn phần bằng nhau và tạo hình thành những miếng chả.

d) Làm nóng trước vỉ nướng hoặc chảo bếp trên lửa vừa cao.

e) Nướng miếng thịt cừu trong khoảng 4-5 phút mỗi mặt hoặc cho đến khi chúng đạt độ chín như bạn mong muốn.

f) Nướng nhẹ bánh burger trên vỉ nướng hoặc trong máy nướng bánh mì.

g) Rưới sốt tzatziki lên nửa dưới của mỗi chiếc bánh.

h) Đặt miếng thịt cừu lên trên, tiếp theo là rau diếp và cà chua.

i) Phủ nửa trên của chiếc bánh lên và thưởng thức.

24. Burger thịt cừu Trung Đông

THÀNH PHẦN:

- 1 lb thịt cừu xay
- 1/4 chén hành đỏ thái nhỏ
- 2 tép tỏi, băm nhỏ
- 1 muỗng canh thì là xay
- 1 muỗng canh rau mùi đất
- 1 thìa cà phê bột nghệ
- Muối và hạt tiêu cho vừa ăn
- 4 bánh burger
- Hummus, cà chua thái lát và củ cải muối để phủ lên trên

HƯỚNG DẪN:

a) Trong một bát, trộn thịt cừu xay, hành đỏ, tỏi, thì là, rau mùi, nghệ, muối và tiêu.
b) Trộn đều cho đến khi tất cả các thành phần được kết hợp đồng đều.
c) Chia hỗn hợp thành bốn phần bằng nhau và tạo hình thành những miếng chả.
d) Làm nóng trước vỉ nướng hoặc chảo bếp trên lửa vừa cao.
e) Nướng miếng thịt cừu trong khoảng 4-5 phút mỗi mặt hoặc cho đến khi chúng đạt độ chín như bạn mong muốn.
f) Nướng nhẹ bánh burger trên vỉ nướng hoặc trong máy nướng bánh mì.
g) Trải hummus lên nửa dưới của mỗi chiếc bánh.
h) Đặt miếng thịt cừu lên trên, tiếp theo là cà chua thái lát và củ cải muối.
i) Phủ nửa trên của chiếc bánh lên và thưởng thức.

25.Burger thịt cừu thảo mộc

THÀNH PHẦN:

- 1 lb thịt cừu xay
- 2 muỗng canh hương thảo tươi xắt nhỏ
- 2 muỗng canh húng tây tươi xắt nhỏ
- 2 tép tỏi, băm nhỏ
- 1 thìa cà phê vỏ chanh
- Muối và hạt tiêu cho vừa ăn
- 4 bánh burger
- Phô mai dê, hành tây caramen và rau arugula để phủ trên mặt

HƯỚNG DẪN:

a) Trong một cái bát, trộn thịt cừu xay, hương thảo, húng tây, tỏi, vỏ chanh, muối và hạt tiêu.
b) Trộn đều cho đến khi tất cả các thành phần được kết hợp đồng đều.
c) Chia hỗn hợp thành bốn phần bằng nhau và tạo hình thành những miếng chả.
d) Làm nóng trước vỉ nướng hoặc chảo bếp trên lửa vừa cao.
e) Nướng miếng thịt cừu trong khoảng 4-5 phút mỗi mặt hoặc cho đến khi chúng đạt độ chín như bạn mong muốn.
f) Nướng nhẹ bánh burger trên vỉ nướng hoặc trong máy nướng bánh mì.
g) Phết phô mai dê lên nửa dưới của mỗi chiếc bánh.
h) Đặt một miếng thịt cừu lên trên, tiếp theo là hành tây caramen và rau arugula.
i) Phủ nửa trên của chiếc bánh lên và thưởng thức.

26. Burger Thịt Cừu Gia Vị Ấn Độ

THÀNH PHẦN:

- 1 lb thịt cừu xay
- 1/4 chén hành đỏ thái nhỏ
- 2 tép tỏi, băm nhỏ
- 1 thìa bột cà ri
- 1 thìa cà phê thì là xay
- 1 thìa cà phê rau mùi đất
- Muối và hạt tiêu cho vừa ăn
- 4 bánh burger
- Tương ớt xoài, dưa chuột thái lát và xà lách để phủ lên trên

HƯỚNG DẪN:

a) Trong một bát, trộn thịt cừu xay, hành tím, tỏi, bột cà ri, thì là, rau mùi, muối và tiêu.
b) Trộn đều cho đến khi tất cả các thành phần được kết hợp đồng đều.
c) Chia hỗn hợp thành bốn phần bằng nhau và tạo hình thành những miếng chả.
d) Làm nóng trước vỉ nướng hoặc chảo bếp trên lửa vừa cao.
e) Nướng miếng thịt cừu trong khoảng 4-5 phút mỗi mặt hoặc cho đến khi chúng đạt độ chín như bạn mong muốn.
f) Nướng nhẹ bánh burger trên vỉ nướng hoặc trong máy nướng bánh mì.
g) Trải tương ớt xoài lên nửa dưới của mỗi chiếc bánh.
h) Đặt miếng thịt cừu lên trên, tiếp theo là dưa chuột thái lát và rau diếp.
i) Phủ nửa trên của chiếc bánh lên và thưởng thức.

27.Burger cừu lấy cảm hứng từ Ý

THÀNH PHẦN:

- 1 lb thịt cừu xay
- 1/4 chén hành đỏ thái nhỏ
- 2 tép tỏi, băm nhỏ
- 1/4 chén phô mai Parmesan bào
- 2 muỗng canh húng quế tươi xắt nhỏ
- 2 muỗng canh mùi tây tươi xắt nhỏ
- Muối và hạt tiêu cho vừa ăn
- 4 bánh burger
- Sốt Marinara, phô mai mozzarella và lá húng quế tươi phủ lên trên

HƯỚNG DẪN:

a) Trong một bát, trộn thịt cừu xay, hành tím, tỏi, phô mai Parmesan, húng quế, rau mùi tây, muối và tiêu.
b) Trộn đều cho đến khi tất cả các thành phần được kết hợp đồng đều.
c) Chia hỗn hợp thành bốn phần bằng nhau và tạo hình thành những miếng chả.
d) Làm nóng trước vỉ nướng hoặc chảo bếp trên lửa vừa cao.
e) Nướng miếng thịt cừu trong khoảng 4-5 phút mỗi mặt hoặc cho đến khi chúng đạt độ chín như bạn mong muốn.
f) Nướng nhẹ bánh burger trên vỉ nướng hoặc trong máy nướng bánh mì.
g) Rưới nước sốt marinara lên nửa dưới của mỗi chiếc bánh.
h) Đặt miếng thịt cừu lên trên, tiếp theo là phô mai mozzarella và lá húng quế tươi.
i) Phủ nửa trên của chiếc bánh lên và thưởng thức.

28. Burger cừu lấy cảm hứng từ châu Á

THÀNH PHẦN:

- 1 lb thịt cừu xay
- 1/4 chén hành lá thái nhỏ
- 2 tép tỏi, băm nhỏ
- 2 muỗng canh nước tương
- 1 muỗng canh dầu mè
- 1 muỗng cà phê gừng tươi xay
- Muối và hạt tiêu cho vừa ăn
- 4 bánh burger
- Sriracha mayo, dưa chuột thái lát và ngò để phủ lên trên

HƯỚNG DẪN:

a) Trong một bát, trộn thịt cừu xay, hành lá, tỏi, nước tương, dầu mè, gừng nạo, muối và tiêu.
b) Trộn đều cho đến khi tất cả các thành phần được kết hợp đồng đều.
c) Chia hỗn hợp thành bốn phần bằng nhau và tạo hình thành những miếng chả.
d) Làm nóng trước vỉ nướng hoặc chảo bếp trên lửa vừa cao.
e) Nướng miếng thịt cừu trong khoảng 4-5 phút mỗi mặt hoặc cho đến khi chúng đạt độ chín như bạn mong muốn.
f) Nướng nhẹ bánh burger trên vỉ nướng hoặc trong máy nướng bánh mì.
g) Rưới sriracha mayo lên nửa dưới của mỗi chiếc bánh.
h) Đặt miếng thịt cừu lên trên, tiếp theo là dưa chuột thái lát và ngò.
i) Phủ nửa trên của chiếc bánh lên và thưởng thức.

BÁNH HỢP THỊ T HEO

29.Kahlua kéo thanh trượt thịt lợn

THÀNH PHẦN:

ĐỐI VỚI THỊT HEO KÉO:

- 3 pound thịt vai hoặc mông lợn
- 1 củ hành tây, thái lát mỏng
- 4 tép tỏi, băm nhỏ
- 1 cốc Kahlua
- ½ chén nước sốt thịt nướng
- ¼ chén giấm táo
- 2 muỗng canh đường nâu
- 1 muỗng canh mù tạt Dijon
- 1 muỗng canh ớt bột xông khói
- 1 thìa cà phê muối
- ½ muỗng cà phê tiêu đen
- Bánh trượt hoặc bánh burger nhỏ

ĐỐI VỚI COLESLAW:

- 2 chén bắp cải thái nhỏ (xanh hoặc tím, hoặc hỗn hợp)
- 1 củ cà rốt, bào sợi
- ¼ cốc sốt mayonaise
- 1 muỗng canh giấm táo
- 1 thìa mật ong
- Muối và hạt tiêu cho vừa ăn

HƯỚNG DẪN:

a) Trong nồi nấu chậm hoặc nồi sành, đặt hành tây thái lát mỏng và tỏi băm vào đáy.
b) Trong một cái bát, trộn Kahlua, nước sốt thịt nướng, giấm táo, đường nâu, mù tạt Dijon, ớt bột xông khói, muối và tiêu đen. Khuấy cho đến khi kết hợp tốt.
c) Đặt thịt vai hoặc thịt mông lợn lên trên hành và tỏi trong nồi nấu chậm.
d) Đổ hỗn hợp Kahlua lên thịt lợn, đảm bảo phủ đều.
e) Đậy nắp nồi nấu chậm và nấu ở nhiệt độ thấp trong 8-10 giờ hoặc ở nhiệt độ cao trong 4-6 giờ, cho đến khi thịt lợn mềm và dễ dàng xé nhỏ bằng nĩa.
f) Trong khi nấu thịt lợn, hãy chuẩn bị xà lách trộn bằng cách kết hợp bắp cải thái nhỏ, cà rốt bào sợi, sốt mayonnaise, giấm táo, mật ong, muối và hạt tiêu vào tô. Trộn đều cho đến khi xà lách trộn được phủ đều trong nước sốt. Làm lạnh trước khi dùng.
g) Sau khi thịt lợn chín, lấy thịt ra khỏi nồi nấu chậm và xé nhỏ bằng hai chiếc nĩa.
h) Đặt thịt lợn đã thái nhỏ trở lại nồi nấu chậm và khuấy đều với phần nước nấu còn lại. Để yên thêm 10-15 phút cho thấm gia vị.
i) Để lắp ráp các thanh trượt, hãy đặt một lượng lớn thịt lợn kéo Kahlua vào nửa dưới của chiếc bánh mì thanh trượt. Phủ một thìa xà lách trộn lên trên và phủ nửa còn lại của chiếc bánh lên trên.
j) Phục vụ món thịt lợn kéo Kahlua còn ấm và thưởng thức!

30. Burger thịt xông khói và trứng giòn

THÀNH PHẦN:

- 1 bánh bao
- 1 quả trứng
- 2 lát thịt xông khói
- 1 muỗng cà phê dầu ô liu
- 1 muỗng canh phô mai Gouda, bào
- 1 ly nước

HƯỚNG DẪN:

a) Đun nóng dầu ở chế độ SAUTÉ ở mức Cao và nấu thịt xông khói cho đến khi giòn, khoảng 2-3 phút mỗi mặt. Lấy ra khăn giấy và lau sạch dầu mỡ dư thừa.

b) Đặt một cái rổ và đổ nước vào nồi. Nghiền thịt xông khói trong ramekin và đập trứng lên trên.

c) Rắc phô mai Gouda, bọc giấy nhôm và đặt ramekin lên trên trivet. Đậy nắp lại.

d) Nấu trong 15 phút ở chế độ NẤU ÁP SUẤT/THỦ CÔNG Cao. Khi đã sẵn sàng, hãy thực hiện xả áp nhanh.

e) Lắp ráp bánh mì kẹp thịt bằng cách cắt bánh mì làm đôi và đặt hỗn hợp vào giữa.

31. Bánh mì kẹp thịt xông khói phô mai với sốt Burger dưa chuột ngâm

THÀNH PHẦN:

- 4 lát thịt xông khói hun khói dày hơn
- 1kg thịt bò bằm 20% mỡ
- 1 muỗng canh dầu ô liu nhẹ
- 4 lát phô mai Monterey Jack hoặc Cheddar
- 4 bánh burger với hạt vừng
- 1–2 quả cà chua, thái lát dày
- Một nắm nhỏ dưa chuột burger cắt lát
- 2 nắm lớn rau diếp tảng thái nhỏ
- Muối biển và hạt tiêu đen mới xay
- Đối với nước sốt burger
- 150g sốt mayonaise
- 2 thìa cà phê mù tạt nhẹ kiểu Mỹ của Frenchy
- 1 muỗng canh sốt cà chua
- 4 thìa dưa chuột muối chua
- 3 muỗng cà phê giấm rượu trắng
- 1 thìa cà phê bột hành
- 1 thìa cà phê bột tỏi
- ½ thìa cà phê ớt bột hun khói ngọt

HƯỚNG DẪN:

a) Làm lò nướng đủ nóng.
b) Đặt thịt xông khói lên khay nướng và đặt dưới vỉ nướng trong 8–10 phút hoặc cho đến khi giòn.
c) Trộn đều tất cả nguyên liệu làm nước sốt.
d) Cho thịt bò băm vào tô, nêm muối và tiêu. Trộn đều bằng tay sạch và tạo thành 4 chiếc bánh mì kẹp thịt lớn.
e) Đun nóng dầu trong chảo lớn và khi nóng, cho bánh mì kẹp thịt vào. Nấu trong 3 phút cho mỗi mặt, sau đó phủ một lát phô mai lên mỗi mặt, vặn lửa nhỏ và đậy nắp chảo.
f) Khi thịt xông khói chín, hãy cắt bánh mì kẹp thịt làm đôi và đặt dưới vỉ nướng cho đến khi nướng nhẹ.
g) Rưới 2 thìa nước sốt lên nửa dưới của chiếc bánh, sau đó đặt bánh mì kẹp thịt lên trên, sau đó là thịt xông khói. Bây giờ thêm các lát cà chua, dưa chuột và rau diếp. Rưới thêm 2 thìa nước sốt lên nửa bánh còn lại rồi đặt lên trên.

32.Burger Thịt Heo BBQ

THÀNH PHẦN:

1 lb thịt lợn xay
1/4 chén sốt BBQ
2 thìa hành tây thái nhỏ
1 tép tỏi, băm nhỏ
1 muỗng cà phê ớt bột xông khói
Muối và hạt tiêu cho vừa ăn
4 bánh burger
Xà lách trộn và dưa chua để phủ lên trên

HƯỚNG DẪN:

Trong một bát, trộn thịt lợn xay, sốt BBQ, hành tây, tỏi, ớt bột xông khói, muối và tiêu.
Trộn đều cho đến khi tất cả các thành phần được kết hợp đồng đều.
Chia hỗn hợp thành bốn phần bằng nhau và tạo hình thành những miếng chả.
Làm nóng trước vỉ nướng hoặc chảo bếp trên lửa vừa cao.
Nấu miếng thịt lợn khoảng 4-5 phút mỗi mặt hoặc cho đến khi nhiệt độ bên trong đạt 160°F (71°C).
Nướng nhẹ bánh burger trên vỉ nướng hoặc trong máy nướng bánh mì.
Đặt một miếng thịt lợn vào nửa dưới của mỗi chiếc bánh.
Top với xà lách trộn và dưa chua.
Phủ nửa trên của chiếc bánh lên và thưởng thức.

33.Burger thịt lợn Teriyaki

THÀNH PHẦN:

1 lb thịt lợn xay
1/4 chén sốt teriyaki
2 muỗng canh hành lá thái nhỏ
1 tép tỏi, băm nhỏ
1 muỗng cà phê gừng tươi xay
Muối và hạt tiêu cho vừa ăn
4 bánh burger
Dứa lát và rau diếp để phủ lên trên

HƯỚNG DẪN:

Trong một bát, trộn thịt lợn xay, sốt teriyaki, hành lá, tỏi, gừng, muối và tiêu.
Trộn đều cho đến khi tất cả các thành phần được kết hợp đồng đều.
Chia hỗn hợp thành bốn phần bằng nhau và tạo hình thành những miếng chả.
Làm nóng trước vỉ nướng hoặc chảo bếp trên lửa vừa cao.
Nấu miếng thịt lợn khoảng 4-5 phút mỗi mặt hoặc cho đến khi nhiệt độ bên trong đạt 160°F (71°C).
Nướng nhẹ bánh burger trên vỉ nướng hoặc trong máy nướng bánh mì.
Đặt một miếng thịt lợn vào nửa dưới của mỗi chiếc bánh.
Top với lát dứa và rau diếp.
Phủ nửa trên của chiếc bánh lên và thưởng thức.

34. Burger thịt lợn táo và xô thơm

THÀNH PHẦN:

1 lb thịt lợn xay
1/2 chén táo nghiền
2 muỗng canh cây xô thơm tươi xắt nhỏ
1 tép tỏi, băm nhỏ
Muối và hạt tiêu cho vừa ăn
4 bánh burger
Hành tây caramen và rau arugula để phủ lên trên

HƯỚNG DẪN:

Trong một cái bát, trộn thịt lợn xay, táo nghiền, cây xô thơm, tỏi, muối và hạt tiêu.
Trộn đều cho đến khi tất cả các thành phần được kết hợp đồng đều.
Chia hỗn hợp thành bốn phần bằng nhau và tạo hình thành những miếng chả.
Làm nóng trước vỉ nướng hoặc chảo bếp trên lửa vừa cao.
Nấu miếng thịt lợn khoảng 4-5 phút mỗi mặt hoặc cho đến khi nhiệt độ bên trong đạt 160°F (71°C).
Nướng nhẹ bánh burger trên vỉ nướng hoặc trong máy nướng bánh mì.
Đặt một miếng thịt lợn vào nửa dưới của mỗi chiếc bánh.
Phủ hành tây caramen và rau arugula lên trên.
Phủ nửa trên của chiếc bánh lên và thưởng thức.

35. Burger thịt lợn Jalapeno và Cheddar

THÀNH PHẦN:

1 lb thịt lợn xay

1/4 chén jalapenos thái nhỏ (bỏ hạt để có nhiệt độ nhẹ hơn)

1/4 chén phô mai cheddar cắt nhỏ

1 tép tỏi, băm nhỏ

Muối và hạt tiêu cho vừa ăn

4 bánh burger

Bơ thái lát và mayo chipotle để phủ lên trên

HƯỚNG DẪN:

Trong một cái bát, trộn thịt lợn xay, ớt jalapenos, phô mai cheddar, tỏi, muối và tiêu.

Trộn đều cho đến khi tất cả các thành phần được kết hợp đồng đều.

Chia hỗn hợp thành bốn phần bằng nhau và tạo hình thành những miếng chả.

Làm nóng trước vỉ nướng hoặc chảo bếp trên lửa vừa cao.

Nấu miếng thịt lợn khoảng 4-5 phút mỗi mặt hoặc cho đến khi nhiệt độ bên trong đạt 160°F (71°C).

Nướng nhẹ bánh burger trên vỉ nướng hoặc trong máy nướng bánh mì.

Đặt một miếng thịt lợn vào nửa dưới của mỗi chiếc bánh.

Phủ bơ thái lát và sốt mayo chipotle lên trên.

Phủ nửa trên của chiếc bánh lên và thưởng thức.

36.Burger Thịt Heo Kiểu Ý

THÀNH PHẦN:

1 lb thịt lợn xay
2 thìa cà chua thái nhỏ
2 muỗng canh phô mai Parmesan bào
1 tép tỏi, băm nhỏ
1 muỗng cà phê húng quế khô
Muối và hạt tiêu cho vừa ăn
4 bánh burger
Sốt Marinara, phô mai mozzarella và lá húng quế tươi phủ lên trên

HƯỚNG DẪN:

Trong một bát, trộn thịt lợn xay, cà chua khô, phô mai Parmesan, tỏi, húng quế, muối và tiêu.
Trộn đều cho đến khi tất cả các thành phần được kết hợp đồng đều.
Chia hỗn hợp thành bốn phần bằng nhau và tạo hình thành những miếng chả.
Làm nóng trước vỉ nướng hoặc chảo bếp trên lửa vừa cao.
Nấu miếng thịt lợn khoảng 4-5 phút mỗi mặt hoặc cho đến khi nhiệt độ bên trong đạt 160°F (71°C).
Nướng nhẹ bánh burger trên vỉ nướng hoặc trong máy nướng bánh mì.
Rưới nước sốt marinara lên nửa dưới của mỗi chiếc bánh.
Đặt miếng thịt lợn lên trên, tiếp theo là phô mai mozzarella và lá húng quế tươi.
Phủ nửa trên của chiếc bánh lên và thưởng thức.

37.Burger Thịt Heo Maple-Bacon

THÀNH PHẦN:

1 lb thịt lợn xay
2 muỗng canh si-rô phong
4 lát thịt xông khói nấu chín, vụn
1 tép tỏi, băm nhỏ
Muối và hạt tiêu cho vừa ăn
4 bánh burger
Mù tạt Maple-Dijon, xà lách và cà chua để phủ lên trên

HƯỚNG DẪN:

Trong một cái bát, trộn thịt lợn xay, xirô phong, thịt xông khói vụn, tỏi, muối và tiêu.
Trộn đều cho đến khi tất cả các thành phần được kết hợp đồng đều.
Chia hỗn hợp thành bốn phần bằng nhau và tạo hình thành những miếng chả.
Làm nóng trước vỉ nướng hoặc chảo bếp trên lửa vừa cao.
Nấu miếng thịt lợn khoảng 4-5 phút mỗi mặt hoặc cho đến khi nhiệt độ bên trong đạt 160°F (71°C).
Nướng nhẹ bánh burger trên vỉ nướng hoặc trong máy nướng bánh mì.
Rải mù tạt phong-Dijon lên nửa dưới của mỗi chiếc bánh.
Đặt miếng thịt heo lên trên, tiếp theo là rau diếp và cà chua.
Phủ nửa trên của chiếc bánh lên và thưởng thức.

38. Burger Dứa-Teriyaki Thịt Heo

THÀNH PHẦN:

1 lb thịt lợn xay
1/4 chén sốt teriyaki
2 muỗng canh hành lá thái nhỏ
1 tép tỏi, băm nhỏ
4 vòng dứa
Muối và hạt tiêu cho vừa ăn
4 bánh burger
Sriracha mayo và rau diếp để phủ lên trên

HƯỚNG DẪN:

Trong một bát, trộn thịt lợn xay, sốt teriyaki, hành lá, tỏi, muối và tiêu.
Trộn đều cho đến khi tất cả các thành phần được kết hợp đồng đều.
Chia hỗn hợp thành bốn phần bằng nhau và tạo hình thành những miếng chả.
Làm nóng trước vỉ nướng hoặc chảo bếp trên lửa vừa cao.
Nấu miếng thịt lợn khoảng 4-5 phút mỗi mặt hoặc cho đến khi nhiệt độ bên trong đạt 160°F (71°C).
Trong khi nướng miếng chả, hãy nướng các vòng dứa trong 1-2 phút mỗi mặt.
Nướng nhẹ bánh burger trên vỉ nướng hoặc trong máy nướng bánh mì.
Rưới sriracha mayo lên nửa dưới của mỗi chiếc bánh.
Đặt miếng thịt heo lên trên, tiếp theo là dứa nướng và rau diếp.
Phủ nửa trên của chiếc bánh lên và thưởng thức.

39. Burger thịt lợn Địa Trung Hải

THÀNH PHẦN:
1 lb thịt lợn xay
1/4 chén hành đỏ thái nhỏ
2 tép tỏi, băm nhỏ
2 muỗng canh mùi tây tươi xắt nhỏ
1 muỗng canh bạc hà tươi xắt nhỏ
1 thìa cà phê thì là xay
Muối và hạt tiêu cho vừa ăn
4 bánh burger
Sốt Tzatziki, xà lách và cà chua để phủ lên trên

HƯỚNG DẪN:
Trong một cái bát, trộn thịt lợn xay, hành đỏ, tỏi, mùi tây, bạc hà, thì là, muối và tiêu.
Trộn đều cho đến khi tất cả các thành phần được kết hợp đồng đều.
Chia hỗn hợp thành bốn phần bằng nhau và tạo hình thành những miếng chả.
Làm nóng trước vỉ nướng hoặc chảo bếp trên lửa vừa cao.
Nấu miếng thịt lợn khoảng 4-5 phút mỗi mặt hoặc cho đến khi nhiệt độ bên trong đạt 160°F (71°C).
Nướng nhẹ bánh burger trên vỉ nướng hoặc trong máy nướng bánh mì.
Rưới sốt tzatziki lên nửa dưới của mỗi chiếc bánh.
Đặt miếng thịt heo lên trên, tiếp theo là rau diếp và cà chua.
Phủ nửa trên của chiếc bánh lên và thưởng thức.

40.Burger thịt lợn xô thơm và táo

THÀNH PHẦN:

1 lb thịt lợn xay
1/2 chén táo nghiền
2 muỗng canh cây xô thơm tươi xắt nhỏ
2 tép tỏi, băm nhỏ
Muối và hạt tiêu cho vừa ăn
4 bánh burger
Hành tây caramen và phô mai Thụy Sĩ để phủ lên trên

HƯỚNG DẪN:

Trong một cái bát, trộn thịt lợn xay, táo nghiền, cây xô thơm, tỏi, muối và hạt tiêu.
Trộn đều cho đến khi tất cả các thành phần được kết hợp đồng đều.
Chia hỗn hợp thành bốn phần bằng nhau và tạo hình thành những miếng chả.
Làm nóng trước vỉ nướng hoặc chảo bếp trên lửa vừa cao.
Nấu miếng thịt lợn khoảng 4-5 phút mỗi mặt hoặc cho đến khi nhiệt độ bên trong đạt 160°F (71°C).
Nướng nhẹ bánh burger trên vỉ nướng hoặc trong máy nướng bánh mì.
Đặt một miếng thịt lợn vào nửa dưới của mỗi chiếc bánh.
Phủ hành tây caramen và phô mai Thụy Sĩ lên trên.
Phủ nửa trên của chiếc bánh lên và thưởng thức.
Hãy tận hưởng việc làm và thưởng thức những công thức làm bánh mì kẹp thịt lợn thơm ngon này nhé!

BURGER GIA CẦM

41.Ricotta và Basil Thổ Nhĩ Kỳ Burger

THÀNH PHẦN:

- 1 pound gà tây xay
- 1 cốc phô mai ricotta
- ½ chén húng quế tươi cắt nhỏ
- ½ thìa cà phê bột tỏi
- Muối và tiêu
- Bánh burger và topping tùy thích

HƯỚNG DẪN:

a) Làm nóng lò nướng hoặc chảo nướng của bạn ở nhiệt độ trung bình cao.
b) Trong một tô trộn, trộn gà tây xay, phô mai ricotta, húng quế cắt nhỏ, bột tỏi, muối và tiêu.
c) Trộn đều và tạo thành 4 miếng có kích thước bằng nhau.
d) Nướng bánh mì kẹp thịt trong 4-5 phút mỗi mặt hoặc cho đến khi chín theo ý thích của bạn.
e) Nướng bánh burger trên vỉ nướng.
f) Lắp ráp bánh mì kẹp thịt với lớp phủ bên trên mà bạn mong muốn.
g) Phục vụ và thưởng thức.

42. Bánh mì kẹp thịt Thổ Nhĩ Kỳ Feta

THÀNH PHẦN:

- 8 ounce ức gà tây xay
- 1½ muỗng canh dầu ô liu nguyên chất
- 2 tép tỏi, xay
- 2 muỗng cà phê oregano tươi, xắt nhỏ
- ½ muỗng cà phê ớt đỏ, nghiền nát
- Muối, theo yêu cầu
- ¼ chén phô mai feta, vụn

HƯỚNG DẪN:

a) Trong một tô lớn, thêm tất cả nguyên liệu trừ phô mai feta và trộn cho đến khi kết hợp tốt.
b) Làm 2 miếng chả (dày ½ inch) từ hỗn hợp.
c) Nhấn nút AIR OVEN MODE của Lò nướng không khí kỹ thuật số Ninja Foodi và xoay nút xoay để chọn chế độ "Air Fry".
d) Nhấn nút THỜI GIAN/LƯỢT và xoay nút xoay một lần nữa để đặt thời gian nấu thành 15 phút.
e) Bây giờ hãy nhấn nút TEMP/SHADE và xoay nút xoay để đặt nhiệt độ ở mức 360 ° F.
f) Nhấn nút "Bắt đầu/Dừng" để bắt đầu.
g) Khi thiết bị phát ra tiếng bíp cho biết thiết bị đã được làm nóng trước, hãy mở cửa lò.
h) Xếp các miếng chả vào giỏ chiên đã phết dầu rồi cho vào lò nướng.
i) Lật bánh mì kẹp thịt gà tây một lần giữa chừng.
j) Khi thời gian nấu hoàn tất, hãy mở cửa lò và dùng nóng với phô mai feta phủ lên trên.

43.Burger gà bơ Madras

THÀNH PHẦN:

- 2 ức gà (khoảng 500g), cắt thành khối 1cm
- 1 muỗng canh bột cà ri Madras nóng
- 1 muỗng canh hạt nigella
- 60g bơ lạt, cắt nhỏ, để mềm
- 6 chiếc bánh burger nhỏ màu trắng hoặc bánh mì cuộn
- 2 muỗng canh tương ớt xoài, cộng thêm để phục vụ
- 1/2 cốc (140g) sữa chua Hy Lạp
- 1/2 đầu xà lách bơ, tách lá
- Lá rau mùi, để phục vụ
- Ớt xanh dài thái mỏng (tùy chọn), để dùng
- Nêm chanh, để phục vụ

HƯỚNG DẪN:

a) Lót giấy nướng lên khay và xếp các vòng trứng lên khay đã chuẩn bị sẵn. Cho gà, bột cà ri, hạt nigella và bơ vào tô rồi khuấy đều cho đến khi gà ngấm đều. Chia đều hỗn hợp gà vào các vòng trứng và để lạnh trong 2 giờ hoặc cho đến khi các miếng chả đông lại.

b) Đun nóng chảo chống dính trên lửa vừa cao. Thêm miếng chả vào vòng trứng và nấu trong 4 phút hoặc cho đến khi vàng.

c) Lật miếng chả và khoanh tròn rồi nấu thêm 4 phút nữa hoặc cho đến khi miếng chả chín hẳn. Lấy ra khỏi các vòng và đặt sang một bên, phủ nhẹ bằng giấy bạc.

d) Tách bánh và phết tương ớt lên đế và sữa chua lên nắp. Phủ lên mỗi lớp nền một lớp rau diếp và miếng chả gà. Rắc rau mùi và ớt nếu dùng và nêm gia vị.

e) Bánh mì kẹp thịt có nắp đậy bên trên và dùng kèm thêm tương ớt xoài và chanh.

44. Đống gà nướng

THÀNH PHẦN:

- 8 ounce xà lách trộn cắt nhỏ
- Miếng dứa lon 8 ounce, đã ráo nước
- ½ cốc nước sốt xà lách trộn
- 1 chén nước sốt thịt nướng
- ½ muỗng cà phê nước sốt ớt cay
- ½ muỗng cà phê muối
- 4 miếng ức gà không xương, không da
- 4 bánh hamburger

HƯỚNG DẪN:

a) Trong một đĩa lớn, trộn xà lách trộn, dứa và nước sốt; Trộn đều và để một bên.

b) Trong một món ăn vừa phải , trộn nước sốt thịt nướng và nước sốt nóng. Rắc đều muối lên cả hai mặt gà rồi rưới hỗn hợp nước sốt lên.

c) Nướng ức gà từ 10 đến 13 phút hoặc cho đến khi không còn màu hồng và nước chảy trong, đảo thường xuyên và trong 5 phút đầu tiên, mỗi lần phết chúng bằng nước sốt thịt nướng.

d) Đặt gà lên bánh, phủ xà lách trộn lên trên và thưởng thức.

45. Bánh mì kẹp thịt Thổ Nhĩ Kỳ Butternut với Microgreen

THÀNH PHẦN:

- 1 quả bí ngô , gọt vỏ, cắt đôi, bỏ hạt và cắt thành từng miếng tròn
- 1 pound gà tây xay
- 8 ounce rau bina cắt nhỏ, rã đông
- 2 hành lá, thái nhỏ
- 1 tép tỏi, băm nhỏ
- Tiêu và muối mới xay
- 4 lát phô mai Thụy Sĩ
- 2 muỗng canh mù tạt hạt
- 2 muỗng canh mứt mơ
- 4 chiếc bánh hamburger mè, tách đôi và nướng

PHỤC VỤ

- Lá rau diếp
- Một số ít hỗn hợp cay của microgreen

HƯỚNG DẪN:

a) Làm nóng lò ở nhiệt độ 450° F.
b) Xếp bí lên khay nướng và phủ một lớp xịt nấu ăn lên trên.
c) Nướng cho đến khi bí vàng trong 25 phút. Rắc muối.
d) Trộn gà tây, rau chân vịt, hành lá, tỏi , muối và tiêu vào tô; trộn đều.
e) Tạo thành bốn miếng.
f) Đun nóng chảo rồi thoa nhẹ một lớp xịt nấu ăn lên trên.
g) Thêm các miếng chả vào chảo và nấu cho đến khi chín vàng, phủ một lát phô mai Thụy Sĩ lên trên .
h) Rưới mù tạt và mứt lên cả hai nửa bánh.
i) Xếp bánh mì kẹp thịt lên trên bánh và phủ bí tròn, rau diếp và rau xanh lên trên.

46. Burger gà mùa hè

THÀNH PHẦN:

- 4 lát phô mai provolone
- 4 thìa sốt mayonnaise
- 4 cuộn bánh hamburger (khoảng trống)
- Tiêu và muối cho vừa ăn
- 4 nửa ức gà đã bỏ xương và da, nửa ức gà không xương, không da
- 1 củ hành Vidalia lớn, cắt thành từng khoanh
- 1 thìa bơ
- 1 thìa nước cốt chanh
- 1 quả bơ chín, nên thái lát

HƯỚNG DẪN:

a) Lấy một cái bát nhỏ và trộn nước cốt chanh và bơ cắt lát. Thêm nước cho đến khi ngập chúng và đặt chúng sang một bên. Lấy một bếp nướng ngoài trời, bôi dầu nhẹ lên vỉ và làm nóng trước ở nhiệt độ cao.

b) Cho bơ vào chảo lớn, nặng và đặt ở lửa vừa cao. Xào hành tây cho đến khi chuyển sang màu nâu và có màu caramen, sau đó đặt sang một bên.

c) Ướp gà với hạt tiêu và muối. Đặt nó lên vỉ nướng và nấu cho đến khi nước ép khô và không còn màu hồng, sử dụng khoảng 5 phút cho mỗi mặt. Đặt bánh lên vỉ nướng cho đến khi chín.

d) Tiếp theo là phết sốt mayonnaise lên bánh cho vừa ăn, sau đó phủ bơ, phô mai provolone, hành tây caramen và thịt gà lên trên.

47.Bánh mì kẹp thịt Thổ Nhĩ Kỳ Hy Lạp với Feta

THÀNH PHẦN:

- 1¼ pound gà tây nạc
- 1 quả trứng, đánh bông
- ½ củ hành đỏ vừa, băm nhỏ, cộng thêm 4 lát hành đỏ mỏng
- 2 muỗng canh mùi tây tươi xắt nhỏ
- 2 thìa ô liu Kalamata băm nhỏ
- 2 thìa cà phê oregano tươi xắt nhỏ
- 1 tép tỏi, băm nhỏ
- ½ muỗng cà phê hạt tiêu mới xay
- 4 bánh hamburger làm từ lúa mì nguyên hạt, nướng
- 4 nắm lá rau muống non
- 1 quả cà chua lớn, thái lát

HƯỚNG DẪN:

a) Trong một tô trộn lớn, kết hợp gà tây, trứng, hành tây băm, rau mùi tây, ô liu, lá oregano, tỏi và hạt tiêu rồi trộn đều. Nặn hỗn hợp thành 4 miếng có kích thước bằng nhau, dày khoảng ½ inch.

b) Đun nóng món nướng hoặc vỉ nướng ở lửa vừa cao hoặc đun nóng chảo chống dính ở lửa vừa cao. Nướng bánh mì kẹp thịt trong khoảng 4 phút mỗi mặt cho đến khi chín đều và chín vàng ở bên ngoài.

c) Phục vụ bánh mì kẹp thịt bên trong bánh với rau bina, cà chua và một lát hành đỏ. Cung cấp các loại gia vị như sốt mayonnaise, sốt cà chua hoặc mù tạt tùy thích.

48. Burger gà trâu

THÀNH PHẦN:
1 lb thịt gà xay
1/4 chén nước sốt nóng (như Frank's RedHot)
2 thìa cần tây thái nhỏ
2 muỗng canh hành đỏ thái nhỏ
1 tép tỏi, băm nhỏ
Muối và hạt tiêu cho vừa ăn
4 bánh burger
Sốt phô mai xanh và rau diếp để phủ lên trên

HƯỚNG DẪN:
Trong một bát, trộn thịt gà xay, nước sốt nóng, cần tây, hành đỏ, tỏi, muối và tiêu.
Trộn đều cho đến khi tất cả các thành phần được kết hợp đồng đều.
Chia hỗn hợp thành bốn phần bằng nhau và tạo hình thành những miếng chả.
Làm nóng trước vỉ nướng hoặc chảo bếp trên lửa vừa cao.
Nấu miếng chả gà khoảng 4-5 phút mỗi mặt hoặc cho đến khi nhiệt độ bên trong đạt 165°F (74°C).
Nướng nhẹ bánh burger trên vỉ nướng hoặc trong máy nướng bánh mì.
Trải sốt phô mai xanh lên nửa dưới của mỗi chiếc bánh.
Đặt miếng thịt gà lên trên, tiếp theo là rau diếp.
Phủ nửa trên của chiếc bánh lên và thưởng thức.

49. Burger Thổ Nhĩ Kỳ và Cranberry

THÀNH PHẦN:
1 lb gà tây xay
1/4 cốc quả nam việt quất khô, cắt nhỏ
2 muỗng canh hành lá thái nhỏ
2 muỗng canh mùi tây tươi xắt nhỏ
1 tép tỏi, băm nhỏ
Muối và hạt tiêu cho vừa ăn
4 bánh burger
Sốt nam việt quất và lá rau bina để phủ lên trên

HƯỚNG DẪN:
Trong một cái bát, kết hợp gà tây xay, quả nam việt quất khô, hành lá, rau mùi tây, tỏi, muối và hạt tiêu.
Trộn đều cho đến khi tất cả các thành phần được kết hợp đồng đều.
Chia hỗn hợp thành bốn phần bằng nhau và tạo hình thành những miếng chả.
Làm nóng trước vỉ nướng hoặc chảo bếp trên lửa vừa cao.
Nấu miếng gà tây trong khoảng 4-5 phút mỗi mặt hoặc cho đến khi chúng đạt nhiệt độ bên trong là 165°F (74°C).
Nướng nhẹ bánh burger trên vỉ nướng hoặc trong máy nướng bánh mì.
Đặt một miếng thịt gà tây vào nửa dưới của mỗi chiếc bánh.
Rắc nước sốt nam việt quất và lá rau bina lên trên.
Phủ nửa trên của chiếc bánh lên và thưởng thức.

50.Burger gà Pesto

THÀNH PHẦN:
1 lb thịt gà xay
1/4 chén sốt pesto đã chuẩn bị
2 muỗng canh phô mai Parmesan bào
1 tép tỏi, băm nhỏ
Muối và hạt tiêu cho vừa ăn
4 bánh burger
Cà chua thái lát và lá húng quế tươi để phủ lên trên

HƯỚNG DẪN:
Trong một bát, trộn thịt gà xay, sốt pesto, phô mai Parmesan, tỏi, muối và tiêu.
Trộn đều cho đến khi tất cả các thành phần được kết hợp đồng đều.
Chia hỗn hợp thành bốn phần bằng nhau và tạo hình thành những miếng chả.
Làm nóng trước vỉ nướng hoặc chảo bếp trên lửa vừa cao.
Nấu miếng chả gà khoảng 4-5 phút mỗi mặt hoặc cho đến khi nhiệt độ bên trong đạt 165°F (74°C).
Nướng nhẹ bánh burger trên vỉ nướng hoặc trong máy nướng bánh mì.
Đặt một miếng thịt gà vào nửa dưới của mỗi chiếc bánh.
Phủ cà chua thái lát và lá húng quế tươi lên trên.
Phủ nửa trên của chiếc bánh lên và thưởng thức.

51.Burger rau bina và Feta Thổ Nhĩ Kỳ

THÀNH PHẦN:
1 lb gà tây xay
1/2 chén rau bina nấu chín cắt nhỏ (bóp bớt độ ẩm dư thừa)
2 muỗng canh phô mai feta vụn
2 tép tỏi, băm nhỏ
Muối và hạt tiêu cho vừa ăn
4 bánh burger
Sốt Tzatziki và dưa chuột thái lát để phủ lên trên

HƯỚNG DẪN:
Trong một cái bát, kết hợp gà tây xay, rau bina cắt nhỏ, phô mai feta, tỏi, muối và hạt tiêu.
Trộn đều cho đến khi tất cả các thành phần được kết hợp đồng đều.
Chia hỗn hợp thành bốn phần bằng nhau và tạo hình thành những miếng chả.
Làm nóng trước vỉ nướng hoặc chảo bếp trên lửa vừa cao.
Nấu miếng gà tây trong khoảng 4-5 phút mỗi mặt hoặc cho đến khi chúng đạt nhiệt độ bên trong là 165°F (74°C).
Nướng nhẹ bánh burger trên vỉ nướng hoặc trong máy nướng bánh mì.
Rưới sốt tzatziki lên nửa dưới của mỗi chiếc bánh.
Đặt một miếng thịt gà tây lên trên, tiếp theo là dưa chuột thái lát.
Phủ nửa trên của chiếc bánh lên và thưởng thức.

BURGER CÁ VÀ HẢI SẢN

52.Burger Sumac & Cá Hồi

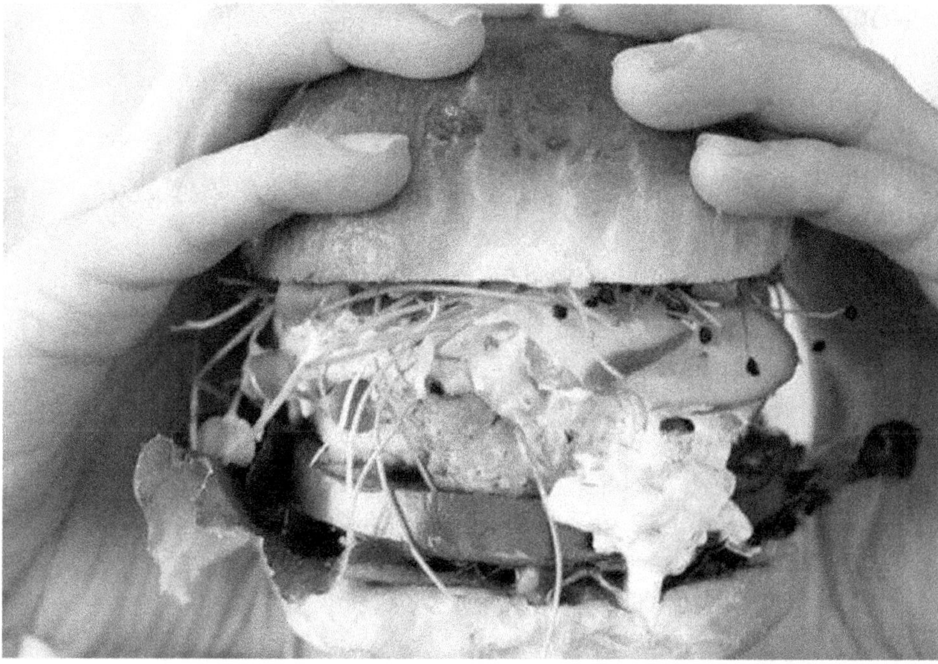

THÀNH PHẦN:

CÁ HỒI

- 1 muỗng canh dầu ô liu
- 1 pound cá hồi, bỏ da, bỏ xương

RỬA TRỨNG

- 1 quả trứng, đánh bông
- ¼ chén vụn bánh mì

CÁCH ĂN MẶC

- 2 ½ thìa cà phê cây thù du
- ¼ chén hành tây, thái hạt lựu
- 2 muỗng cà phê húng tây tươi, xắt nhỏ
- muối biển và hạt tiêu đen mới xay
- 2 thìa cà phê nước chanh

PHỤC VỤ

- bánh mì brioche
- lát cà chua
- ¼ cốc rau mùi ngò

HƯỚNG DẪN:

a) Đun nóng một thìa dầu trong chảo rán.
b) Nhúng cá hồi vào trứng đã đánh và sau đó vào vụn bánh mì.
c) Nướng cá hồi trong 4 phút ở mặt đầu tiên, sau đó lật mặt lại và nấu thêm 2 phút nữa hoặc cho đến khi ở giữa cá hồi hơi hồng.
d) Trộn các nguyên liệu làm nước sốt và để trong tủ lạnh cho đến khi sẵn sàng sử dụng.
e) Phủ bánh brioche với các lát cà chua và rau mùi và rưới một ít nước sốt lên trên.

53.Burger cá phi lê

THÀNH PHẦN:

- 1 miếng cá trắng tẩm bột đông lạnh
- 1 chiếc bánh hamburger nhỏ cỡ thường
- 1 muỗng canh sốt tartar đã chuẩn bị sẵn
- ½ lát phô mai Mỹ thật
- muối nhỏ
- 1 tờ giấy sáp 12"x12" (để bọc)

HƯỚNG DẪN:

a) Làm nóng nồi chiên của bạn ở nhiệt độ 375-400 độ. Sau khi đã sẵn sàng, nấu cá trong 3-5 phút cho đến khi chín.
b) Loại bỏ và thêm một chút muối.
c) Cho bánh vào lò vi sóng khoảng 10 giây cho đến khi nóng và bốc hơi.
d) Thêm khoảng 1 thìa canh sốt tartar đã chuẩn bị vào mặt trên của bánh.
e) Đặt phi lê cá đã nấu chín lên trên, thêm ½ lát phô mai Mỹ vào giữa cá và thêm phần gót bánh mì.
f) Bọc trong một tờ giấy sáp 12 "x12" và làm ấm ở nhiệt độ thấp nhất trong lò trong 8-10 phút.

54. Burger cá tuyết

THÀNH PHẦN:

- ½ pound phi lê cá tuyết
- ½ muỗng cà phê vỏ chanh tươi, bào mịn
- ½ quả trứng
- ½ muỗng cà phê tương ớt đỏ
- Muối, để nếm
- ½ muỗng canh nước cốt chanh tươi
- 3 muỗng canh dừa, nạo và chia
- 1 củ hành nhỏ, thái nhỏ
- 1 muỗng canh mùi tây tươi, xắt nhỏ

HƯỚNG DẪN:

a) Cho phi lê cá tuyết, vỏ chanh, trứng, tương ớt, muối và nước cốt chanh vào máy xay thực phẩm rồi xay cho đến khi mịn.
b) Chuyển hỗn hợp cá tuyết vào tô.
c) Thêm 1½ thìa dừa, hành lá và mùi tây vào rồi trộn đều cho đến khi hòa quyện.
d) Làm 4 miếng có kích thước bằng nhau từ hỗn hợp.
e) Trong một cái đĩa cạn, đặt phần dừa còn lại.
f) Phủ đều các miếng chả trong dừa.
g) Nhấn nút AIR OVEN MODE của Lò nướng không khí kỹ thuật số Ninja Foodi và xoay nút xoay để chọn chế độ "Air Fry".
h) Nhấn nút THỜI GIAN/LƯỢT và xoay nút xoay lần nữa để đặt thời gian nấu thành 7 phút.
i) Bây giờ hãy nhấn nút TEMP/SHADE và xoay nút xoay để đặt nhiệt độ ở mức 375 ° F.
j) Nhấn nút "Bắt đầu/Dừng" để bắt đầu.
k) Khi thiết bị phát ra tiếng bíp cho biết thiết bị đã được làm nóng trước, hãy mở cửa lò.
l) Xếp các miếng chả vào giỏ chiên đã phết dầu rồi cho vào lò nướng.
m) Khi nấu xong, mở cửa lò và dùng nóng.

55.Bánh mì kẹp thịt cá lấy cảm hứng từ châu Á

THÀNH PHẦN:

- 500g phi lê cá hồi bỏ da, bỏ xương, cắt thành miếng 1cm
- Gừng 5cm (25g), bào nhuyễn
- 1 quả ớt đỏ, thái nhỏ
- 1/2 cốc (25g) vụn bánh mì panko
- 1 muỗng canh dầu ô liu
- 4 chiếc bánh burger trắng mềm, chia đôi
- 1/2 quả dưa chuột Lebanon, gọt vỏ thành dải
- 5 củ cải, gọt vỏ, thái lát mỏng
- Sốt ớt
- 1/3 cốc (100g) sốt mayonnaise
- 1 muỗng canh tương ớt
- Sốt mayo Teriyaki
- 1/3 cốc (100g) sốt mayonnaise
- 1 muỗng canh sốt teriyaki

HƯỚNG DẪN:

a) Cho nửa con cá hồi vào máy xay thực phẩm cho đến khi thái nhỏ. Thêm gừng và ớt vào, xay nhuyễn để hòa quyện. Chuyển sang tô, khuấy đều các miếng cá hồi còn lại và nêm đều với muối và hạt tiêu đen mới xay.

b) Lót khay nướng bằng giấy nướng. Chia hỗn hợp cá hồi thành bốn miếng dày 2 cm. Cẩn thận phủ các miếng chả trong vụn bánh mì, ấn vụn bánh mì vào trong miếng chả. Đặt trên khay đã chuẩn bị sẵn, đậy nắp và để lạnh trong 20 phút hoặc cho đến khi cứng lại.

c) Để có sốt mayonnaise có hương vị, trộn các nguyên liệu làm sốt mayonnaise vào 2 bát riêng biệt.

d) Đun nóng vỉ nướng hoặc chảo nướng than ở lửa vừa cao. Rưới dầu lên miếng cá hồi và nấu, quay nửa chừng, trong 6-8 phút hoặc cho đến khi vàng và chín đều. Nướng bánh, cắt mặt xuống trong 30 giây hoặc cho đến khi nướng nhẹ.

e) Đặt đế bánh burger của bạn lên đĩa. Chia dưa chuột thành các phần đế, phủ cá hồi và củ cải lên trên, sau đó rưới sốt mayonnaise lên, để chúng rưới lên các mặt và trên đĩa.

f) Đắp nắp bánh lên trên và dùng ngay.

56.Burger cá hồi của ngư dân may mắn

THÀNH PHẦN:

BURGER CÁ HỒI:

- 3 quả trứng
- 5 thìa sữa
- Ba lon 14 ¾ ounce cá hồi Alaska hoang dã, để ráo nước, loại bỏ da và xương, vẩy
- 5 củ hành vừa, xắt nhỏ
- 2½ chén vụn bánh mì mềm
- ¾ thìa cà phê muối

PHỤC VỤ:

- 10 bánh quy xoắn
- 12½ cốc Arugula rửa sạch và sấy khô
- 2 quả cà chua lớn, thái lát

SỐT CRACK CHO BURGER CÁ HỒI:

- 2½ cốc kem chua
- 2½ cốc mayo
- 3 muỗng canh nụ bạch hoa thái nhỏ
- 3 thìa thì là xắt nhỏ
- 1 quả chanh gọt vỏ và vắt
- 1 thìa tỏi băm nhỏ
- Muối và hạt tiêu cho vừa ăn

HƯỚNG DẪN:

HỘI HỢP BURGER CÁ HỒI:

a) Trong tô vừa, đánh trứng và sữa bằng nĩa hoặc máy đánh trứng.

b) Khuấy cá hồi Alaska, hành lá, vụn bánh mì và muối.

c) Nặn hỗn hợp thành 10 miếng có đường kính khoảng 4 inch.

d) Đặt miếng chả cá hồi vào lò nướng ở nhiệt độ 500 độ trong 9 phút, quay một lần cho đến khi có màu vàng nâu.

e) Rưới nước sốt crack lên phần bánh dưới và bánh trên.

f) Sau khi bánh chín, lấy bánh ra khỏi lò và đặt vào nửa dưới của bánh.

g) Đặt rau arugula lên trên chiếc bánh, sau đó đặt cà chua đã nhúng vào nước sốt lên trên.

h) Dùng dao gắp bánh mì kẹp thịt để giữ chúng lại với nhau.

ĐỐI VỚI SỐT CRACK:

i) Trộn kem chua và sốt mayonnaise cho đến khi mịn.

j) Thêm nụ bạch hoa, thì là và tỏi vào hỗn hợp sốt mayonnaise. Khuấy để kết hợp.

k) Gọt vỏ và vắt chanh vào hỗn hợp. Hãy chắc chắn không thêm hạt chanh.

l) Thêm muối và hạt tiêu cho vừa ăn.

BÁNH BURGER TRÁI CÂY

57.Burger Thổ Nhĩ Kỳ dứa

THÀNH PHẦN:

1 lb gà tây xay
1/4 chén dứa thái nhỏ
2 muỗng canh ớt chuông đỏ thái nhỏ
1 muỗng canh rau mùi tươi xắt nhỏ
1 tép tỏi, băm nhỏ
Muối và hạt tiêu cho vừa ăn
4 bánh burger
Bơ cắt lát và rau diếp để phủ lên trên

HƯỚNG DẪN:

Trong một bát, trộn gà tây xay, dứa cắt nhỏ, ớt chuông đỏ, ngò, tỏi, muối và tiêu.
Trộn đều cho đến khi tất cả các thành phần được kết hợp đồng đều.
Chia hỗn hợp thành bốn phần bằng nhau và tạo hình thành những miếng chả.
Làm nóng trước vỉ nướng hoặc chảo bếp trên lửa vừa cao.
Nấu miếng gà tây trong khoảng 4-5 phút mỗi mặt hoặc cho đến khi chúng đạt nhiệt độ bên trong là 165°F (74°C).
Nướng nhẹ bánh burger trên vỉ nướng hoặc trong máy nướng bánh mì.
Đặt một miếng thịt gà tây vào nửa dưới của mỗi chiếc bánh.
Top với bơ cắt lát và rau diếp.
Phủ nửa trên của chiếc bánh lên và thưởng thức.

58. Burger gà đào và Brie

THÀNH PHẦN:
1 lb thịt gà xay
1/2 chén đào tươi thái nhỏ
2 muỗng canh húng quế tươi xắt nhỏ
1 tép tỏi, băm nhỏ
Muối và hạt tiêu cho vừa ăn
4 bánh burger
Phô mai brie cắt lát và rau arugula để phủ lên trên

HƯỚNG DẪN:
Trong một bát, kết hợp thịt gà xay, đào xắt nhỏ, húng quế, tỏi, muối và hạt tiêu.
Trộn đều cho đến khi tất cả các thành phần được kết hợp đồng đều.
Chia hỗn hợp thành bốn phần bằng nhau và tạo hình thành những miếng chả.
Làm nóng trước vỉ nướng hoặc chảo bếp trên lửa vừa cao.
Nấu miếng chả gà khoảng 4-5 phút mỗi mặt hoặc cho đến khi nhiệt độ bên trong đạt 165°F (74°C).
Nướng nhẹ bánh burger trên vỉ nướng hoặc trong máy nướng bánh mì.
Đặt một miếng thịt gà vào nửa dưới của mỗi chiếc bánh.
Phủ phô mai brie thái lát và rau arugula lên trên.
Phủ nửa trên của chiếc bánh lên và thưởng thức.

59. Burger đậu đen xoài

THÀNH PHẦN:

- 1 lon (15 oz) đậu đen, để ráo nước và rửa sạch
- 1 quả xoài chín, gọt vỏ và thái hạt lựu
- 1/4 chén hành đỏ thái nhỏ
- 2 muỗng canh rau mùi tươi xắt nhỏ
- 1 thìa cà phê thì là xay
- 1/2 thìa cà phê ớt bột
- Muối và hạt tiêu cho vừa ăn
- 1/2 chén vụn bánh mì
- 4 bánh burger
- Bơ cắt lát và salsa để phủ lên trên

HƯỚNG DẪN:

a) Trong một tô lớn, dùng nĩa nghiền đậu đen cho đến khi đậu được nghiền một phần nhưng vẫn còn một ít đậu nguyên.
b) Cho xoài thái hạt lựu, hành tím, ngò, thì là, ớt bột, muối, tiêu và vụn bánh mì vào tô.
c) Trộn đều cho đến khi tất cả các thành phần được kết hợp.
d) Chia hỗn hợp thành bốn phần bằng nhau và tạo hình thành những miếng chả.
e) Làm nóng trước vỉ nướng hoặc chảo bếp trên lửa vừa cao.
f) Nấu miếng đậu đen trong khoảng 4-5 phút mỗi mặt hoặc cho đến khi chúng nóng đều và cứng lại.
g) Nướng nhẹ bánh burger trên vỉ nướng hoặc trong máy nướng bánh mì.
h) Đặt một miếng đậu đen vào nửa dưới của mỗi chiếc bánh.
i) Phủ bơ thái lát và salsa lên trên.
j) Phủ nửa trên của chiếc bánh lên và thưởng thức.

60.Burger dưa hấu Halloumi

THÀNH PHẦN:

4 lát dưa hấu (dày khoảng 1 inch)
Phô mai halloumi 8 oz, thái lát
1/4 chén lá bạc hà tươi
2 muỗng canh men balsamic
4 bánh burger
Rau arugula và hành đỏ lát để phủ lên trên

HƯỚNG DẪN:

Làm nóng trước vỉ nướng hoặc chảo bếp trên lửa vừa cao.
Nướng các lát dưa hấu khoảng 2-3 phút mỗi mặt cho đến khi xuất hiện vết nướng.
Lấy các lát dưa hấu ra khỏi vỉ nướng và đặt sang một bên.
Nướng các lát phô mai halloumi trong khoảng 1-2 phút mỗi mặt cho đến khi chúng có màu nâu nhạt và mềm.
Lấy các lát halloumi ra khỏi vỉ nướng và đặt sang một bên.
Để gói bánh mì kẹp thịt, đặt một lát dưa hấu vào nửa dưới của mỗi chiếc bánh.
Phủ các lát halloumi nướng, lá bạc hà tươi, rau arugula và các lát hành đỏ lên trên.
Rưới men balsamic.
Phủ nửa trên của chiếc bánh lên và thưởng thức.

61.Burger bò phô mai xanh và lê

THÀNH PHẦN:

- 1 lb thịt bò xay
- 1 quả lê chín, gọt vỏ và xay nhuyễn
- 2 muỗng canh phô mai xanh vụn
- 1 tép tỏi, băm nhỏ
- Muối và hạt tiêu cho vừa ăn
- 4 bánh burger
- Hành tây caramen và rau bina non để phủ lên trên

HƯỚNG DẪN:

a) Trong một cái bát, trộn thịt bò xay, lê bào, phô mai xanh, tỏi, muối và tiêu.

b) Trộn đều cho đến khi tất cả các thành phần được kết hợp đồng đều.

c) Chia hỗn hợp thành bốn phần bằng nhau và tạo hình thành những miếng chả.

d) Làm nóng trước vỉ nướng hoặc chảo bếp trên lửa vừa cao.

e) Nấu miếng thịt bò trong khoảng 4-5 phút mỗi mặt hoặc cho đến khi nhiệt độ bên trong đạt 160°F (71°C).

f) Nướng nhẹ bánh burger trên vỉ nướng hoặc trong máy nướng bánh mì.

g) Đặt một miếng thịt bò vào nửa dưới của mỗi chiếc bánh.

h) Phủ hành tây caramen và rau chân vịt non lên trên.

i) Phủ nửa trên của chiếc bánh lên và thưởng thức.

62. Burger đào và phô mai dê nướng

THÀNH PHẦN:

- 1 lb thịt bò xay
- 2 quả đào chín, cắt đôi và bỏ hạt
- 2 oz phô mai dê
- 2 muỗng canh húng quế tươi xắt nhỏ
- Muối và hạt tiêu cho vừa ăn
- 4 bánh burger
- Hỗn hợp rau xanh và mật ong để làm topping

HƯỚNG DẪN:

a) Trong một cái bát, trộn thịt bò xay, húng quế cắt nhỏ, muối và tiêu.

b) Trộn đều cho đến khi tất cả các thành phần được kết hợp đồng đều.

c) Chia hỗn hợp thành bốn phần bằng nhau và tạo hình thành những miếng chả.

d) Làm nóng trước vỉ nướng hoặc chảo bếp trên lửa vừa cao.

e) Nướng nửa quả đào khoảng 2-3 phút mỗi mặt cho đến khi xuất hiện vết nướng.

f) Lấy nửa quả đào ra khỏi vỉ nướng và đặt sang một bên.

g) Nấu miếng thịt bò trong khoảng 4-5 phút mỗi mặt hoặc cho đến khi nhiệt độ bên trong đạt 160°F (71°C).

h) Nướng nhẹ bánh burger trên vỉ nướng hoặc trong máy nướng bánh mì.

i) Phết phô mai dê lên nửa dưới của mỗi chiếc bánh.

j) Đặt miếng thịt bò lên trên, tiếp theo là nửa quả đào nướng.

k) Rưới hỗn hợp rau xanh lên trên và rưới thêm mật ong.

l) Phủ nửa trên của chiếc bánh lên và thưởng thức.

63.Burger quả mơ và thịt cừu Feta

THÀNH PHẦN:
1 lb thịt cừu xay
1/4 cốc mơ khô thái nhỏ
2 muỗng canh phô mai feta vụn
2 tép tỏi, băm nhỏ
1 thìa cà phê thì là xay
Muối và hạt tiêu cho vừa ăn
4 bánh burger
Sốt Tzatziki và dưa chuột thái lát để phủ lên trên

HƯỚNG DẪN:
Trong một bát, trộn thịt cừu xay, mơ khô cắt nhỏ, phô mai feta, tỏi, thì là, muối và tiêu.
Trộn đều cho đến khi tất cả các thành phần được kết hợp đồng đều.
Chia hỗn hợp thành bốn phần bằng nhau và tạo hình thành những miếng chả.
Làm nóng trước vỉ nướng hoặc chảo bếp trên lửa vừa cao.
Nấu miếng thịt cừu trong khoảng 4-5 phút mỗi mặt hoặc cho đến khi nhiệt độ bên trong đạt 160°F (71°C).
Nướng nhẹ bánh burger trên vỉ nướng hoặc trong máy nướng bánh mì.
Rưới sốt tzatziki lên nửa dưới của mỗi chiếc bánh.
Đặt miếng thịt cừu lên trên, tiếp theo là dưa chuột thái lát.
Phủ nửa trên của chiếc bánh lên và thưởng thức.

64. Burger Thổ Nhĩ Kỳ Kiwi và Jalapeno Thổ Nhĩ Kỳ

THÀNH PHẦN:
1 lb gà tây xay
1/4 cốc kiwi thái nhỏ
2 muỗng canh jalapeno thái nhỏ (bỏ hạt để có nhiệt độ nhẹ hơn)
2 muỗng canh rau mùi tươi xắt nhỏ
1 tép tỏi, băm nhỏ
Muối và hạt tiêu cho vừa ăn
4 bánh burger
Cà chua thái lát và rau diếp để phủ lên trên

HƯỚNG DẪN:
Trong một cái bát, trộn gà tây xay, kiwi cắt nhỏ, ớt jalapeno cắt nhỏ, ngò, tỏi, muối và tiêu.
Trộn đều cho đến khi tất cả các thành phần được kết hợp đồng đều.
Chia hỗn hợp thành bốn phần bằng nhau và tạo hình thành những miếng chả.
Làm nóng trước vỉ nướng hoặc chảo bếp trên lửa vừa cao.
Nấu miếng gà tây trong khoảng 4-5 phút mỗi mặt hoặc cho đến khi chúng đạt nhiệt độ bên trong là 165°F (74°C).
Nướng nhẹ bánh burger trên vỉ nướng hoặc trong máy nướng bánh mì.
Đặt một miếng thịt gà tây vào nửa dưới của mỗi chiếc bánh.
Top với cà chua thái lát và rau diếp.
Phủ nửa trên của chiếc bánh lên và thưởng thức.

65.Burger gà dâu và Brie

THÀNH PHẦN:

1 lb thịt gà xay
1/2 cốc dâu tây tươi thái nhỏ
2 muỗng canh phô mai brie vụn
1 muỗng canh húng quế tươi xắt nhỏ
Muối và hạt tiêu cho vừa ăn
4 bánh burger
Lá rau bina và men balsamic để phủ lên trên

HƯỚNG DẪN:

Trong một cái bát, trộn thịt gà xay, dâu tây cắt nhỏ, phô mai brie, húng quế, muối và hạt tiêu.
Trộn đều cho đến khi tất cả các thành phần được kết hợp đồng đều.
Chia hỗn hợp thành bốn phần bằng nhau và tạo hình thành những miếng chả.
Làm nóng trước vỉ nướng hoặc chảo bếp trên lửa vừa cao.
Nấu miếng chả gà khoảng 4-5 phút mỗi mặt hoặc cho đến khi nhiệt độ bên trong đạt 165°F (74°C).
Nướng nhẹ bánh burger trên vỉ nướng hoặc trong máy nướng bánh mì.
Đặt một miếng thịt gà vào nửa dưới của mỗi chiếc bánh.
Phủ lá rau chân vịt lên trên và rưới một lớp men balsamic lên trên.
Phủ nửa trên của chiếc bánh lên và thưởng thức.

66.Burger bò phô mai việt quất

THÀNH PHẦN:

- 1 lb thịt bò xay
- 1/2 cốc quả việt quất tươi
- 2 muỗng canh phô mai dê vụn
- 1 tép tỏi, băm nhỏ
- Muối và hạt tiêu cho vừa ăn
- 4 bánh burger
- Rau arugula và hành đỏ lát để phủ lên trên

HƯỚNG DẪN:

a) Trong một cái bát, trộn thịt bò xay, quả việt quất, phô mai dê, tỏi, muối và hạt tiêu.

b) Trộn đều cho đến khi tất cả các thành phần được kết hợp đồng đều.

c) Chia hỗn hợp thành bốn phần bằng nhau và tạo hình thành những miếng chả.

d) Làm nóng trước vỉ nướng hoặc chảo bếp trên lửa vừa cao.

e) Nấu miếng thịt bò trong khoảng 4-5 phút mỗi mặt hoặc cho đến khi nhiệt độ bên trong đạt 160°F (71°C).

f) Nướng nhẹ bánh burger trên vỉ nướng hoặc trong máy nướng bánh mì.

g) Đặt một miếng thịt bò vào nửa dưới của mỗi chiếc bánh.

h) Top với rau arugula và lát hành tây đỏ.

i) Phủ nửa trên của chiếc bánh lên và thưởng thức.

BÁNH BURGER CHAY

67. Burger nấm chay

THÀNH PHẦN:

- 1 burger chay đông lạnh
- 1 quả trứng
- ½ quả ớt chuông, bỏ hạt và cắt thành từng khoanh
- một ít rau mùi ngò
- Sriracha

HƯỚNG DẪN:

a) Đổ đầy dầu vào chảo.
b) Chiên bánh mì kẹp thịt trên bếp trong 4 phút mỗi mặt.
c) Đặt vòng chảo rán vào trong đó và đập trứng vào bên trong. Để qua một bên.
d) Xào ớt chuông trong chảo.
e) Xếp các lát ớt chuông ngay ngắn ra đĩa.
f) Đặt bánh burger chay đã chuẩn bị sẵn lên trên đống.
g) Phủ trứng lên trên bánh burger.
h) Rắc rau xanh ngò lên trên.

68.Bánh mì kẹp thịt chay yến mạch

THÀNH PHẦN:

- 3 muỗng cà phê dầu thực vật, chia
- 1 chén nấm thái lát
- 1 cốc cà rốt thái nhỏ (khoảng 2 củ)
- 1 chén hành tây xắt nhỏ (khoảng 1 củ vừa)
- 1 chén bí xanh xắt nhỏ (khoảng 1 quả nhỏ)
- 2 chén Yến mạch (loại nhanh hoặc loại cũ, chưa nấu chín)
- Đậu thận 115 ounce, rửa sạch và để ráo nước
- 1 chén gạo trắng hoặc gạo lứt nấu chín
- 1 chén ngò tươi hoặc hẹ tươi xắt nhỏ
- 2 muỗng canh nước tương hoặc một muỗng cà phê muối
- 1 thìa cà phê tỏi băm thìa cà phê tiêu đen
- Bánh hamburger và lớp phủ trên bề mặt

HƯỚNG DẪN:

a) Đun nóng 1 muỗng cà phê dầu trong chảo chống dính lớn. Thêm nấm, cà rốt, hành tây và bí xanh; nấu trên lửa vừa cao trong 5 phút hoặc cho đến khi rau mềm.

b) Chuyển rau vào tô chế biến thực phẩm. Thêm yến mạch, đậu, gạo, ngò, nước tương, tỏi và hạt tiêu. Xung trong khoảng 20 giây hoặc cho đến khi trộn đều. Chia thành từng phần tám cốc. Tạo thành những miếng chả giữa giấy sáp. Làm lạnh ít nhất 1 giờ hoặc cho đến khi cứng lại.

c) Đun nóng 2 muỗng cà phê dầu còn lại trong cùng chảo trên lửa vừa cao. Nấu các miếng chả trong 3 đến 4 phút ở mỗi bên hoặc cho đến khi có màu vàng nâu. Dùng trên bánh với lớp phủ bên trên, nếu muốn.

69.Burger nhung đỏ

THÀNH PHẦN:

- 2-3 nhánh húng tây, xắt nhỏ
- ½ cốc nước ép củ cải đường
- 1/2 khối men tươi
- 1 quả trứng, tách ra
- 250 g bột mì
- 1 thìa đường
- khoảng 1 thìa cà phê muối
- 40 g bơ mềm
- 1 tép tỏi
- 1 muỗng canh nụ bạch hoa
- 120 gram sốt mayonnaise
- hạt tiêu từ máy xay
- 4-8 lá xà lách, rửa sạch và để ráo
- 1 nắm mầm củ dền, rửa sạch và để khô
- 500 g thịt bò bằm
- 1 muỗng canh dầu ô liu
- 1 quả dưa chuột nhỏ, thái lát

HƯỚNG DẪN:

a) Đun nóng nước ép củ cải đường, cho men vào và hòa tan trong khi khuấy.
b) Nhào hỗn hợp men, bột mì, đường, 1/2 thìa cà phê muối, bơ, nửa lá húng tây và lòng đỏ trứng để tạo thành một khối bột mịn, đậy nắp và để ở nơi ấm áp trong 1 giờ.
c) Nhào bột, tạo thành 4 chiếc bánh burger phẳng và để bột nở thêm 20 phút nữa.
d) Làm nóng lò ở nhiệt độ 200°C.
e) Quét các cuộn với lòng trắng trứng, rắc húng tây còn lại và nướng trong lò trong 15-20 phút.
f) Để bánh nguội trên giá lưới.
g) Đối với aioli, bóc tỏi và băm nhuyễn cùng với nụ bạch hoa.
h) Trộn sốt mayonnaise với tỏi và nụ bạch hoa rồi nêm muối và tiêu.
i) Nêm thịt bò xay với muối và hạt tiêu rồi tạo hình thành 4 miếng bánh burger, chiên trên chảo nướng trong dầu nóng khoảng 4-5 phút mỗi mặt.
j) Cắt bánh mở ra, phết aioli lên các bề mặt đã cắt của cả hai nửa, phủ rau diếp, miếng bánh mì kẹp thịt, lát dưa chuột và mầm củ cải đường lên mặt dưới, phủ lên nửa trên và thưởng thức.

70.Burger bơ nướng với đậu ướp

THÀNH PHẦN:

- 3–4 quả bơ vừa
- nước ép của 1 quả chanh
- dầu ô liu
- Đậu ướp
- 1 muỗng canh giấm rượu trắng
- 200 g đậu đen nấu chín
- 2–3 quả cà chua hun khói
- 1 củ hành lá, thái nhỏ
- 1 thìa cà phê ớt serrano thái nhỏ
- 1 muỗng canh rau mùi thái nhỏ
- 1 thìa cà phê tỏi băm nhuyễn
- 2 muỗng canh dầu ô liu
- vỏ của 1 quả chanh

PHỤC VỤ

- 6 chiếc bánh burger, giảm một nửa
- bơ cho bánh bao
- 6 muỗng canh kem tươi
- rau mùi tây và rau mùi
- ớt cayenne

HƯỚNG DẪN:

a) Chuẩn bị cà chua hun khói trên vỉ nướng.
b) Trộn cà chua xắt nhỏ hun khói với các nguyên liệu khác và đậu ướp.
c) Đặt các lát bơ lên đĩa và rưới nước cốt chanh và dầu lên chúng.
d) Nướng nhanh các lát bơ trên vỉ nướng ở nhiệt độ rất cao hoặc dùng đèn hàn để làm khô bề mặt.
e) Nướng bánh nhanh trên vỉ nướng với bơ trên bề mặt cắt.
f) Trên mỗi chiếc bánh, phết một thìa lớn đậu ướp, lát bơ, kem Fraiche, rau mùi tây và rau mùi.
g) Rắc thêm một ít ớt cayenne là xong.

71.Bánh mì kẹp thịt bơ bơ

THÀNH PHẦN:

- 1 quả bơ cỡ vừa; bỏ lõi và gọt vỏ
- 1 chén đậu nành nấu chín
- ½ củ hành tây; thái hạt lựu
- 1 muỗng cà phê mù tạt đã chuẩn bị
- 1 muỗng canh cà chua xay nhuyễn
- Muối để nếm
- Vụn bánh mì nguyên hạt

HƯỚNG DẪN:

a) Trộn tất cả nguyên liệu trừ vụn bánh mì trong máy xay sinh tố hoặc máy chế biến thực phẩm; xay đến khi mịn.

b) Cho hỗn hợp vào tô và thêm vụn bánh mì cho đến khi hỗn hợp dính lại với nhau đủ để tạo thành 2 miếng bánh mì kẹp thịt.

c) Chiên miếng chả trong dầu hạt cải đã đun nóng cho đến khi chúng chín vàng.

d) Ăn nóng trên bánh mì kẹp thịt với rau diếp, cà chua thái lát hoặc hành tây thái lát.

72. Burger sốt pesto nấm

THÀNH PHẦN:

- 4 mũ nấm Portobello, bỏ cuống, bỏ mảnh
- Rau bina Pesto
- 4 lát hành tây
- 4 lát cà chua
- 4 bánh hamburger làm từ lúa mì nguyên hạt

HƯỚNG DẪN:

a) Làm nóng lò ở nhiệt độ 400°F.
b) Dùng pesto phủ đều mũ nấm lên cả hai mặt và đặt lên khay nướng có viền.
c) Nấu từ 15 đến 20 phút cho đến khi mềm.
d) Xếp nấm với cà chua và hành tây lên bánh.

73.Burger nấm Portobello

THÀNH PHẦN:
4 mũ nấm portobello
2 muỗng canh giấm balsamic
2 muỗng canh dầu ô liu
2 tép tỏi, băm nhỏ
Muối và hạt tiêu cho vừa ăn
4 bánh burger
Các loại topping tùy thích (rau diếp, cà chua, phô mai, v.v.)

HƯỚNG DẪN:
Trong một cái đĩa nông, trộn giấm balsamic, dầu ô liu, tỏi băm, muối và hạt tiêu.
Đặt mũ nấm portobello vào đĩa và để ướp trong khoảng 10 phút, lật nửa chừng.
Làm nóng trước vỉ nướng hoặc chảo bếp trên lửa vừa cao.
Nướng mũ nấm khoảng 4-5 phút mỗi mặt cho đến khi chúng mềm và mọng nước.
Nướng nhẹ bánh burger trên vỉ nướng hoặc trong máy nướng bánh mì.
Lắp ráp bánh mì kẹp thịt bằng cách đặt nắp nấm portobello nướng ở nửa dưới của mỗi chiếc bánh.
Top với lớp phủ ưa thích của bạn.
Phủ nửa trên của chiếc bánh lên và thưởng thức.

74.Burger đậu lăng và quả óc chó

THÀNH PHẦN:

1 chén đậu lăng nấu chín
1/2 chén quả óc chó cắt nhỏ
1/4 chén vụn bánh mì
1/4 chén hành tây thái nhỏ
2 tép tỏi, băm nhỏ
1 thìa cà phê thì là xay
Muối và hạt tiêu cho vừa ăn
4 bánh burger
Các loại topping tùy thích (rau diếp, cà chua, hành tây, v.v.)

HƯỚNG DẪN:

Trong một bát, trộn đậu lăng đã nấu chín, quả óc chó cắt nhỏ, vụn bánh mì, hành tây, tỏi, thì là, muối và tiêu.
Trộn đều cho đến khi tất cả các thành phần được kết hợp.
Chia hỗn hợp thành bốn phần bằng nhau và tạo hình thành những miếng chả.
Làm nóng trước vỉ nướng hoặc chảo bếp trên lửa vừa cao.
Nấu miếng đậu lăng và quả óc chó trong khoảng 4-5 phút mỗi mặt hoặc cho đến khi chúng nóng đều và cứng lại.
Nướng nhẹ bánh burger trên vỉ nướng hoặc trong máy nướng bánh mì.
Lắp ráp bánh mì kẹp thịt với lớp phủ ưa thích của bạn và phục vụ.

75. Burger bí ngòi và đậu xanh

THÀNH PHẦN:

2 chén bí xanh bào sợi (khoảng 2 quả bí vừa)
1 lon (15 oz) đậu xanh, để ráo nước và rửa sạch
1/2 chén vụn bánh mì
1/4 chén hành tây thái nhỏ
2 tép tỏi, băm nhỏ
1 thìa cà phê thì là xay
Muối và hạt tiêu cho vừa ăn
4 bánh burger
Các loại topping tùy thích (rau diếp, cà chua, sốt tzatziki, v.v.)

HƯỚNG DẪN:

Đặt bí xanh đã bào sợi vào một chiếc khăn bếp sạch và vắt bớt hơi ẩm dư thừa.
Trong một cái bát, dùng nĩa nghiền đậu xanh cho đến khi chúng được nghiền một phần nhưng vẫn còn một ít đậu xanh nguyên hạt.
Thêm bí xanh bào sợi, vụn bánh mì, hành tây, tỏi, thì là, muối và tiêu vào bát.
Trộn đều cho đến khi tất cả các thành phần được kết hợp.
Chia hỗn hợp thành bốn phần bằng nhau và tạo hình thành những miếng chả.
Làm nóng trước vỉ nướng hoặc chảo bếp trên lửa vừa cao.
Nấu các miếng bí xanh và đậu xanh trong khoảng 4-5 phút mỗi mặt hoặc cho đến khi chúng nóng đều và cứng lại.
Nướng nhẹ bánh burger trên vỉ nướng hoặc trong máy nướng bánh mì.
Lắp ráp bánh mì kẹp thịt với lớp phủ ưa thích của bạn và phục vụ.

76.Burger khoai lang và Quinoa

THÀNH PHẦN:
1 chén khoai lang nghiền (khoảng 1 củ khoai lang lớn)
1/2 chén quinoa nấu chín
1/4 chén vụn bánh mì
2 thìa hành tây thái nhỏ
2 tép tỏi, băm nhỏ
1 thìa cà phê thì là xay
Muối và hạt tiêu cho vừa ăn
4 bánh burger
Các loại topping tùy thích (rau diếp, cà chua, bơ, v.v.)

HƯỚNG DẪN:
Trong một bát, trộn khoai lang nghiền, quinoa nấu chín, vụn bánh mì, hành tây, tỏi, thì là, muối và tiêu.
Trộn đều cho đến khi tất cả các thành phần được kết hợp.
Chia hỗn hợp thành bốn phần bằng nhau và tạo hình thành những miếng chả.
Làm nóng trước vỉ nướng hoặc chảo bếp trên lửa vừa cao.
Nấu miếng khoai lang và hạt quinoa trong khoảng 4-5 phút mỗi mặt hoặc cho đến khi chúng nóng đều và cứng lại.
Nướng nhẹ bánh burger trên vỉ nướng hoặc trong máy nướng bánh mì.
Lắp ráp bánh mì kẹp thịt với lớp phủ ưa thích của bạn và phục vụ.

BÁNH BÁNH HẠT VÀ HẠT

77. Burger đậu đen Santa Fe

THÀNH PHẦN:

- Đậu đen hữu cơ 14oz, để ráo nước và rửa sạch
- 2 muỗng canh nước luộc rau
- 1/4 chén yến mạch, cán mỏng
- 1/2 thìa cà phê bột tỏi
- 1/4 chén bột lanh
- 1/4 cốc salsa đậm đặc
- 1 thìa cà phê thì là
- 1/2 thìa cà phê ớt cayenne
- 1/2 muỗng cà phê muối hồng
- Bột ngô, để phủ bụi

HƯỚNG DẪN:

a) Nghiền đậu đen bằng nĩa trong tô trộn cỡ vừa. Bạn có thể để lại một số khối để tạo kết cấu.

b) Kết hợp yến mạch, bột hạnh nhân, gia vị, muối và salsa vào tô trộn. Trộn một lần nữa và thoải mái sử dụng tay.

c) Thêm bột lanh hoặc bột hạnh nhân nếu hỗn hợp quá ướt. Kiểm tra hương vị.

d) Chia hỗn hợp và tạo hình thành những miếng có kích thước mong muốn. Rắc nhẹ bằng bột ngô nếu muốn.

e) Bếp nấu: Trên chảo vừa, đun nóng 2 muỗng canh nước luộc rau. Nấu khoảng 5 phút cho mỗi mặt.

f) Lò nướng (không dầu): Làm nóng lò ở nhiệt độ 350°F. Lót giấy nến vào khay nướng, sau đó đặt các miếng chả lên trên. Nướng khoảng 10-15 phút trên giá giữa của lò, sau đó lật lại và lặp lại.

78.Bánh burger yến mạch

THÀNH PHẦN:

- 1 gói men khô Active
- ¼ cốc nước ấm
- ¼ cốc mật đường
- 4 muỗng canh bơ thực vật không sữa
- 2 thìa cà phê muối
- ¼ cốc đường nâu
- 2 chén bột yến mạch (chưa nấu chín)
- 1 cốc nước sôi
- 1 cốc nước mát
- 2 chén bột mì nguyên chất
- 2½ chén bột mì trắng chưa tẩy trắng

HƯỚNG DẪN:

a) Đong ¼ cốc nước ấm rồi khuấy men và 1 thìa mật đường trong nước. Hãy đứng cho đến khi sủi bọt.

b) Trong khi đó, trong một tô lớn, trộn bơ thực vật, mật đường còn lại, muối, đường nâu, bột yến mạch và nước sôi, khuấy đều cho đến khi bơ thực vật tan chảy.

c) Thêm nước mát và men vào hỗn hợp trên. Đánh 4 cốc bột mì, mỗi lần 1 cốc.

d) Đổ bột lên một tấm bột mì và nhào cho đến khi mịn, khoảng 5 phút, thêm bột mì nếu cần để tránh bị dính.

e) Lật bột trong một cái bát đã phết dầu mỡ; Đậy nắp và để ở nơi ấm áp cho đến khi nở gấp đôi (khoảng 1 giờ).

f) Đấm bột xuống và chia thành 16 phần bằng nhau. Định hình từng mảnh thành một quả bóng mịn. Đặt các quả bóng cách nhau khoảng 2 inch trên khay nướng đã phết dầu mỡ và làm phẳng một chút. Đậy nắp và để ở nơi ấm áp cho đến khi nở gấp đôi (30 hoặc 40 phút.)

g) Nướng trong lò nướng nóng sẵn ở nhiệt độ 350 độ cho đến khi có màu nâu nhạt, khoảng 20 phút.

79.Bánh mì kẹp thịt đậu lăng

THÀNH PHẦN:

- ¾ cốc đậu lăng
- 1 Khoai lang
- 10 Lá rau bina tươi, thái nhỏ
- 1 cái ly nấm tươi, thái hạt lựu
- ¾ cốc vụn bánh mì
- 1 muỗng cà phê Giống rau thơm
- 1 muỗng cà phê Bột tỏi
- 1 muỗng cà phê Mảnh mùi tây
- ¾ cốc Gạo hạt dài

HƯỚNG DẪN:

a) Nấu cơm cho đến khi mềm và hơi dính thì cho đậu lăng vào.

b) Băm một củ khoai lang đã gọt vỏ nấu chín.

c) Trộn hỗn hợp gạo, khoai lang và tất cả các nguyên liệu khác vào tô trộn.

d) Làm lạnh trong 15 đến 30 phút. Tạo thành những miếng chả và nấu trong bữa tiệc nướng ngoài trời với bếp nướng rau củ.

e) Nhớ bôi dầu hoặc xịt vào chảo bằng Pam để bánh mì kẹp thịt không bị dính.

80.Burger đậu xanh với ô liu

THÀNH PHẦN:

- 1/2 chén đậu xanh ngâm mềm rồi nấu chín
- 1 muỗng canh hạt lanh vàng, xay
- ¼ thìa cà phê tiêu đen
- ½ chén ô liu Kalamata, thái nhỏ
- ½ muỗng cà phê lá oregano
- ¼–½ thìa cà phê muối biển Celtic
- 1 muỗng canh bột cà chua hữu cơ
- 1 muỗng cà chua phơi nắng, thái hạt lựu
- ¼ chén mùi tây tươi, xắt nhỏ
- ½ chén hành tây, thái hạt lựu
- 2 tép tỏi, băm nhỏ

HƯỚNG DẪN:

a) Làm nóng lò ở nhiệt độ 375 độ F.
b) Trong một cái bát, kết hợp hạt lanh và nước.
c) Trong máy xay thực phẩm, xay nhuyễn đậu cho đến khi chúng có kết cấu mịn.
d) Đặt vào một chậu trộn cỡ vừa.
e) Cho ô liu, hành tây, tỏi, cà chua phơi nắng, rau mùi tây, gia vị, bột cà chua và hỗn hợp hạt lanh vào.
f) Nặn thành 4-6 chiếc bánh mì kẹp thịt và phân bố đều trên vỉ nướng.
g) Nấu trong 15 phút ở một mặt, sau đó lật và nấu thêm 5 phút nữa.

81. Burger đậu đen với phô mai Cheddar và hành tây

THÀNH PHẦN:

- 400 g đậu đen nấu chín
- dầu đậu phộng để chiên
- 65 g hành tây thái nhỏ
- 1 muỗng cà phê ớt bột xông khói
- 3 muỗng canh sốt BBQ
- 1 thìa cà phê ớt bột
- 50 g Quả óc chó rang khô
- 2 muỗng canh rau mùi thái nhỏ
- 100 g gạo đen luộc
- 25 g vụn bánh mì panko
- muối biển
- Caramen Hành tây
- 2 củ hành
- 2 thìa bơ
- 1 muỗng canh giấm rượu vang đỏ

Phục vụ

- 120 g phô mai Cheddar
- 6 chiếc bánh burger, giảm một nửa
- bơ cho bánh bao
- Lá xà lách romaine

HƯỚNG DẪN:

a) Trong chảo, đun nóng dầu và xào hành tây.

b) Giảm nhiệt xuống thấp và thêm ớt và ớt bột.

c) Khuấy sốt BBQ.

d) Trong một bát trộn, trộn quả óc chó với đậu, rau mùi, gạo, vụn bánh mì panko và một chút muối.

e) Khuấy hỗn hợp hành tây cho đến khi nó được trộn kỹ.

f) Tạo thành 6 miếng tròn với một ít hỗn hợp mỗi lần, sau đó bọc chúng bằng màng dính.

g) Làm lạnh trong ít nhất một giờ.

h) Cho hành tây vào nồi lạnh sau khi gọt vỏ và cắt nhỏ. Cho bơ vào chảo và đun trên lửa vừa, sau đó đậy nắp lại.

i) Đổ giấm vào, tăng lửa và nấu trong khoảng 15 phút hoặc cho đến khi chất lỏng giảm đi nhiều.

j) Làm nóng vỉ nướng ở nhiệt độ 350 độ F rồi nướng các miếng chả trong vài phút ở cả hai mặt cho đến khi có màu đẹp.

k) Đặt một vài lát phô mai lên trên mỗi chiếc bánh mì kẹp thịt và nướng cho đến khi phô mai tan chảy.

l) Bơ các bề mặt cắt của bánh nướng.

m) Dưới đáy mỗi chiếc bánh mì, đặt một miếng bánh.

n) Thêm một lá rau diếp và một ít hành tây caramen lên trên.

82. Burger Quinoa và khoai lang

THÀNH PHẦN:

- 3 củ khoai lang vừa, nướng
- 2 quả trứng
- 1 chén bột đậu xanh
- 1 thìa cà phê ớt bột
- 1 muỗng canh mù tạt Dijon nguyên hạt
- 1 muỗng canh bơ quả óc chó hoặc bơ hạt khác
- nước cốt của ½ quả chanh
- 1 nhúm muối biển
- 200 g hạt quinoa
- dầu đậu phộng, để chiên
- Kem chua cải ngựa
- 3 muỗng canh cải ngựa nghiền mịn
- 1¼ cốc kem chua
- muối biển

PHỤC VỤ

- 6 chiếc bánh burger, giảm một nửa
- bơ cho bánh bao
- hẹ tây đỏ châu Á thái nhỏ
- hẹ thái nhỏ

HƯỚNG DẪN:

a) Tách khoai tây theo chiều dọc và dùng thìa cạo sạch phần bên trong.

b) Cho trứng vào máy xay thực phẩm và trộn cùng khoai lang, bột đậu xanh, bột ớt, mù tạt, Bơ hạt, nước cốt chanh và muối. Thêm quinoa.

c) Mỗi lần dùng một ít hỗn hợp, tạo thành những miếng chả tròn.

d) Trong một bát trộn, trộn muối, cải ngựa và kem chua.

e) Ở lửa vừa, nướng miếng chả trong vài phút cả hai mặt.

f) Bơ các bề mặt cắt của bánh và nướng chúng nhanh chóng.

g) Đặt một chiếc bánh mì kẹp thịt vào dưới cùng của mỗi chiếc bánh mì và phủ kem chua cải ngựa, hẹ tây và hẹ lên trên.

83.Bánh mì kẹp thịt đậu đen Mỹ Latinh

THÀNH PHẦN:

- 1 lon (15 oz) đậu đen, để ráo nước và rửa sạch
- ½ quả ớt chuông đỏ, thái hạt lựu
- ¼ củ hành đỏ, thái hạt lựu
- 2 tép tỏi, băm nhỏ
- ¼ chén bột ngô hoặc vụn bánh mì
- 1 muỗng canh thì là xay
- 1 muỗng cà phê ớt bột xông khói
- ½ muỗng cà phê ớt bột
- Muối và hạt tiêu cho vừa ăn
- 4 vòng bánh mì pita nguyên hạt
- Các loại topping tùy thích (rau diếp, cà chua, bơ, salsa, v.v.)

HƯỚNG DẪN:

a) Trong một tô trộn lớn, nghiền đậu đen bằng nĩa hoặc dụng cụ nghiền khoai tây cho đến khi chúng gần như nhuyễn nhưng vẫn còn một số kết cấu.

b) Thêm ớt chuông đỏ thái hạt lựu, hành tím, tỏi băm, bột ngô hoặc vụn bánh mì, thì là, ớt bột hun khói, bột ớt, muối và hạt tiêu vào bát. Trộn đều cho đến khi tất cả các thành phần được kết hợp.

c) Chia hỗn hợp thành 4 phần bằng nhau và nặn từng phần thành từng miếng bánh.

d) Làm nóng chảo chống dính hoặc chảo nướng trên lửa vừa. Phủ nhẹ bằng bình xịt nấu ăn hoặc một lượng nhỏ dầu.

e) Nấu các miếng đậu đen trong khoảng 4-5 phút mỗi mặt hoặc cho đến khi chúng có màu nâu đẹp mắt và được đun nóng.

f) Trong khi nướng bánh, hãy hâm nóng bánh mì pita nguyên hạt trong lò nướng bánh mì hoặc lò nướng.

g) Lắp ráp bánh mì kẹp thịt bằng cách đặt một miếng đậu đen bên trong mỗi vòng bánh mì pita. Thêm lớp phủ mà bạn muốn, chẳng hạn như rau diếp, cà chua, bơ, salsa hoặc bất kỳ loại gia vị nào khác mà bạn chọn.

h) Phục vụ ngay Bánh mì kẹp thịt đậu đen Mỹ Latinh.

84.Bánh mì kẹp thịt đậu Garbanzo

THÀNH PHẦN:

- 2 chén đậu garbanzo nghiền
- 1 mỗi cọng cần tây, thái nhỏ
- 1 củ cà rốt, thái nhỏ
- ¼ củ hành tây nhỏ, băm nhỏ
- ¼ chén bột mì nguyên hạt
- Muối và hạt tiêu cho vừa ăn
- 2 muỗng cà phê dầu

HƯỚNG DẪN:

a) Trộn các nguyên liệu (trừ dầu) vào tô. Tạo thành 6 miếng chả dẹt.
b) Chiên trong chảo dầu trên lửa vừa cao cho đến khi bánh mì kẹp thịt có màu vàng nâu ở mỗi mặt.

85.bánh mì kẹp thịt Bulgur

THÀNH PHẦN:

- 1 tép tỏi, băm nhỏ
- ¼ cốc lúa mì bulgur
- 1 c a n đậu xanh, để ráo nước (19 oz)
- ¼ c hạt vừng , nướng
- 1 củ hành tây
- 1 T sp. nước chanh
- ½ muỗng canh. muối
- ¼ t sp. hạt tiêu
- 4 củ cà rốt, bào sợi
- 1 sườn cần tây, xắt nhỏ

HƯỚNG DẪN:

a) Trong nồi , đun sôi nước. Thêm bulgur; đậy nắp và đun nhỏ lửa trong 8 phút. Trong máy xay thực phẩm, xay nhuyễn đậu xanh, hạt vừng, hành tây, nước cốt chanh, muối, tiêu và tỏi cho đến khi mịn.

b) Trong tô trộn hỗn hợp đậu xanh, bulgur nấu chín, cà rốt và cần tây. Mẫu bánh mì kẹp thịt. Giá đỡ dầu nhẹ đặt trên chảo gà thịt. Đặt bánh mì kẹp thịt lên giá.

c) Làm nóng gà thịt trước. Nướng trong 18 phút, cách nguồn nhiệt 3", quay một lần.

86.Bánh mì kẹp thịt đậu lăng

THÀNH PHẦN:

- ¾ chén đậu lăng
- 1 củ khoai lang
- 10 lá rau bina tươi; đến 15
- 1 chén nấm tươi
- ¾ cốc vụn bánh mì
- 1 thìa cà phê Tarragon
- 1 thìa cà phê bột tỏi
- 1 muỗng cà phê mảnh mùi tây
- ¾ chén gạo hạt dài

HƯỚNG DẪN:

a) Nấu cơm cho chín và hơi dính & đậu lăng cho đến khi mềm. Hơi nguội một chút. Băm nhuyễn một củ khoai lang vừa đã gọt vỏ và nấu cho đến khi mềm. Hơi nguội một chút.

b) Cắt nhỏ nấm. Lá rau bina nên được rửa sạch và thái nhỏ. Trộn tất cả nguyên liệu và gia vị với nhau thêm muối và hạt tiêu cho vừa ăn.

c) Làm lạnh trong tủ lạnh 15-30 phút. Tạo thành từng miếng và áp chảo trên chảo hoặc có thể nướng trên vỉ nướng rau củ trên bếp nướng ngoài trời.

87.Thanh trượt dựa trên thực vật cổ điển

THÀNH PHẦN:

SỐT BURGER

- 2 muỗng canh sốt mayonnaise làm từ thực vật hoặc làm từ trứng
- 1 muỗng canh sốt cà chua
- 1 thìa cà phê gia vị dưa chua ngọt
- ½ muỗng cà phê đường
- ½ muỗng cà phê giấm trắng chưng cất
- ½ thìa cà phê tiêu

TRƯỢT

- 12 ounce thịt xay làm từ thực vật
- ¼ thìa cà phê muối ăn
- ¼ thìa cà phê tiêu
- 8 bánh hamburger trượt
- 4 lát phô mai làm từ thực vật hoặc sữa (4 ounce)
- 4 muỗng cà phê dầu thực vật, chia
- ¼ chén hành tây thái nhỏ, chia
- ¼ cốc nước, chia

CHO SỐT BURGER

a) Trộn tất cả nguyên liệu với nhau trong tô.

ĐỐI VỚI TRƯỢT

b) Cắt các cạnh của túi có khóa kéo loại 1 lít, giữ nguyên đường may phía dưới. Dùng bàn tay đã làm ẩm của bạn, kẹp và cuộn thịt xay thành 8 quả bóng (mỗi quả 1½ ounce). Cho 1 quả bóng vào túi chia đôi. Sử dụng đĩa bánh hoặc đĩa nướng trong suốt, ấn quả bóng vào miếng bánh có chiều rộng đều 3 inch.

c) Lấy miếng bánh ra khỏi túi và chuyển sang khay nướng. Lặp lại với những quả bóng còn lại. Rắc miếng chả với muối và hạt tiêu. Chuyển miếng chả vào tủ lạnh và làm lạnh trong 15 phút.

d) Chia đều nước sốt vào các đáy bánh. Xếp phần đáy bánh ra đĩa. Xếp phô mai lên và cắt làm tư (bạn sẽ có 16 miếng).

e) Đun nóng 2 muỗng cà phê dầu trong chảo chống dính 12 inch trên lửa vừa cao cho đến khi bốc khói. Dùng thìa chuyển 4 miếng chả vào chảo.

f) Rắc đều 2 thìa hành tây lên mặt miếng chả và dùng thìa ấn chặt vào miếng chả. Nấu miếng chả cho đến khi chín vàng ở mặt đầu tiên, khoảng 1 phút. Lật các miếng chả và phủ 2 miếng phô mai lên trên mỗi miếng; thêm ngọn búi tóc. Thêm 2 muỗng canh nước vào chảo (không làm ướt bánh), đậy nắp và tiếp tục nấu cho đến khi phô mai tan chảy, khoảng 90 giây.

g) Chuyển các thanh trượt sang đáy bánh đã chuẩn bị sẵn, lót bằng giấy nhôm và đặt sang một bên trong khi nấu những miếng chả còn lại. Lau sạch chảo bằng khăn giấy. Lặp lại với 2 thìa dầu còn lại, 4 miếng chả còn lại, 2 thìa hành tây còn lại, bánh bao còn lại và 2 thìa nước còn lại. Phục vụ.

88.G rain và burger phô mai

THÀNH PHẦN:

- 1½ cốc Nấm, xắt nhỏ
- ½ cốc Hành xanh, xắt nhỏ
- 1 muỗng canh Bơ thực vật
- ½ cốc Yến mạch cán, loại thường
- ½ cốc Gạo lứt, nấu chín
- ⅔ cốc Phô mai vụn, mozzarella
- Hoặc phô mai cheddar
- 3 muỗng canh Quả óc chó, cắt nhỏ
- 3 muỗng canh Phô mai Cottage hoặc phô mai ricotta
- Ít béo
- 2 lớn Trứng
- 2 muỗng canh Rau mùi tây, xắt nhỏ
- Muối, tiêu

HƯỚNG DẪN:

a) Trong chảo chống dính 10 đến 12 inch trên lửa vừa, nấu nấm và hành lá trong bơ thực vật cho đến khi rau mềm, khoảng 6 phút. Thêm yến mạch và khuấy trong 2 phút.

b) Tắt bếp, để nguội một chút rồi cho cơm đã nấu chín, phô mai, quả óc chó, phô mai tươi, trứng và rau mùi tây vào trộn đều. Thêm muối và hạt tiêu cho vừa ăn. Trên khay nướng 12X15 inch đã phết dầu, chia thành 4 miếng, mỗi miếng dày ½ inch.

c) Đun cách nhiệt 3 inch, quay một lần, tổng cộng từ 6 đến 7 phút. Dùng trên bánh mì với sốt mayo, hành tây chiên và rau diếp.

89.Bánh mì kẹp thịt đậu lăng

THÀNH PHẦN:

- 4 muỗng canh dầu ô liu
- 1 củ hành tây, bóc vỏ và thái nhỏ
- 2 tép tỏi, bóc vỏ và thái nhỏ
- 2 quả ớt jalapeño xanh, bỏ hạt để ăn nhẹ hơn, thái nhỏ
- 1 quả ớt đỏ, bỏ hạt và thái hạt lựu
- 1 thìa cà phê thì là xay
- 1 muỗng cà phê ớt bột hun khói ngọt
- 1 hộp đậu xanh 400g, để ráo nước và rửa sạch
- 1 gói x 250g đậu lăng Puy nấu chín
- 50g vụn bánh mì tươi
- 30g bột mì thường để rắc
- 4 lát phô mai Cheddar
- Muối biển và hạt tiêu đen mới xay
- Phục vụ
- 100ml sốt mayonaise
- 2 thìa cà phê ớt chipotle sốt adobo
- 1 muỗng canh mù tạt nhẹ kiểu Mỹ của Frenchy
- 4 chiếc bánh burger nguyên miếng, chia đôi
- Lá xà lách đá quý nhỏ
- 2 quả dưa chuột lớn, thái lát mỏng theo chiều dọc
- 1 quả bơ chín, gọt vỏ, bỏ hạt và thái lát mỏng

HƯỚNG DẪN:

a) Làm nóng lò ở nhiệt độ 200°C/quạt 180°C/Gas 6.
b) Đặt chảo chống dính lên bếp ở lửa lớn và cho một nửa lượng dầu ô liu vào. Khi nóng, thêm hành tây và nấu trong 2–3 phút hoặc cho đến khi mềm. Thêm tỏi, ớt và ớt đỏ vào nấu thêm 2-3 phút nữa. Khuấy thì là, ớt bột và một chút muối lớn, sau đó tắt bếp.
c) Cho đậu xanh vào máy xay thực phẩm và cho hỗn hợp hành tây vào. Xung chỉ cho đến khi hỗn hợp kết hợp - bạn muốn giữ lại một số kết cấu. Chuyển hỗn hợp này vào một tô lớn.
d) Cho đậu lăng, vụn bánh mì và trứng đã đánh vào tô, nêm muối và tiêu rồi trộn đều bằng tay sạch. Chia hỗn hợp thành 4 chiếc bánh mì kẹp thịt có kích thước bằng nhau. Phủ bột mì lên cả hai mặt, loại bỏ phần bột thừa.
e) Đặt một chiếc chảo chống dính lớn trên lửa cao và thêm 2 thìa dầu ô liu còn lại. Khi nóng, thêm bánh mì kẹp thịt và nấu trong 2 phút mỗi bên. Chuyển chúng vào khay nướng và phủ một lát phô mai lên trên mỗi miếng. Đặt vào lò nướng trong 5 phút. Khi chín, lấy ra khỏi lò và bật bếp nướng.
f) Trong khi đó, trộn đều sốt mayonnaise, sốt chipotle và mù tạt.
g) Đặt những chiếc bánh hamburger đã cắt sẵn lên trên vỉ nướng trong 1–2 phút hoặc cho đến khi nướng nhẹ. Rưới một ít hỗn hợp sốt mayonnaise lên cả hai nửa, sau đó đặt lá rau diếp lên mỗi nửa dưới, sau đó là một chiếc bánh mì kẹp thịt. Xếp dưa chuột, quả bơ, lá rau diếp và nắp bánh lên trên rồi dùng ngay.

90.Sandwich Quinoa đỏ hai tầng

THÀNH PHẦN:

- ½ cốc quinoa đỏ
- 1 chén nước luộc rau
- 4 mũ nấm portabella lớn
- 2 muỗng canh dầu dừa, chia
- ¼ chén hành tây thái nhỏ
- ½ chén hồ đào sống
- 2 củ hành xanh, xắt nhỏ
- 2 muỗng cà phê giấm rượu gạo
- 1 thìa cà phê bột tỏi
- 2 muỗng canh men dinh dưỡng
- 2 muỗng canh hạt gai dầu nguyên vỏ
- ¼ chén bột mì
- 3 chiếc bánh burger làm từ lúa mì nguyên hạt
- Lớp phủ và gia vị: xà lách, cà chua, hành đỏ, mù tạt, sốt mayo cay không sữa

HƯỚNG DẪN:

a) Đặt quinoa vào rây và rửa sạch. Kết hợp quinoa và nước dùng trong một cái chảo nhỏ. Đun sôi, đậy nắp và đun nhỏ lửa. Nấu trong 10 đến 15 phút hoặc cho đến khi nước dùng được hấp thụ. Tắt bếp và đậy nắp trong 5 phút.
b) Loại bỏ mang nấm và loại bỏ. Cắt nhỏ mũ nấm.
c) Đun nóng 1 muỗng canh dầu trong chảo lớn. Thêm hành tây và nấm vào xào trong 10 phút. Thêm quả hồ đào và xào thêm 5 phút nữa. Tách khỏi nguồn nhiệt và để nguội.
d) Cho hỗn hợp nấm, hành lá và giấm vào máy xay thực phẩm. Xử lý cho đến khi rất tốt. Nó sẽ không được trơn tru.
e) Chuyển sang tô lớn và thêm quinoa, bột tỏi, men dinh dưỡng, hạt gai dầu và bột mì. Trộn cho đến khi trộn đều. Tạo thành sáu miếng có kích thước bằng bánh mì kẹp thịt.
f) Đun nóng phần dầu còn lại trong chảo lớn và chiên từng miếng một để bạn có thể lật bánh dễ dàng. Chiên cho đến khi vàng nâu ở mỗi mặt.
g) Lắp ráp các tầng đôi: Đặt phần dưới của bánh mì xuống, thêm mù tạt, rau diếp, patty, hành tím, rau diếp, mayo cay không sữa, patty, mayo cay không sữa, cà chua và phần trên của bánh mì.

BURGER CHAY

91. Bánh mì kẹp thịt chay All Star

THÀNH PHẦN:

- 8 ounce yến mạch cán
- 4 ounce phô mai mozzarella thuần chay
- 3 ounce nấm Shiitake thái hạt lựu
- 3 ounce lòng trắng trứng
- 3 ounce hành trắng thái hạt lựu
- 2 tép tỏi băm
- 2 ounce ớt đỏ thái hạt lựu
- 2 ounce xúc xắc bí ngòi

HƯỚNG DẪN:

a) Kết hợp tất cả các thành phần trong một bộ xử lý thực phẩm. Nhấn công tắc bật/tắt để kết hợp các thành phần một cách thô bạo

b) Đừng trộn quá nhiều. Việc trộn cuối cùng có thể được thực hiện bằng tay. Tạo thành những miếng bánh 4 ounce.

c) Trong chảo thêm một lượng nhỏ dầu ô liu. Khi chảo nóng thêm pattie. Nấu một phút mỗi bên.

d) Ăn mặc với bánh mì và đồ ăn kèm yêu thích của bạn.

92. Bánh burger chay ngon nhất

THÀNH PHẦN:

- ½ chén lúa mì nứt
- ¼ pound Đậu xanh
- 1 quả bí xanh nhỏ
- 1 củ cà rốt nhỏ, gọt vỏ
- ½ quả táo Granny Smith, gọt vỏ
- ½ chén đậu xanh đóng hộp, rửa sạch
- 1 muỗng canh hành tây, băm nhỏ
- 1 muỗng canh mè tahini
- 1½ muỗng canh dầu hạt cải
- ½ muỗng cà phê bột cà ri
- ½ muỗng cà phê ớt bột
- ½ thìa muối
- ½ chén vụn bánh mì

HƯỚNG DẪN:

a) Luộc đậu xanh trong nước sôi cho đến khi mềm- giòn. Xả và cắt nhỏ. Nấu lúa mì nứt trong 1 cốc nước sôi trong 1 phút. bào bí xanh, cà rốt và táo.

b) Đặt các mảnh vụn vào khăn lau bát đĩa và vắt bớt độ ẩm dư thừa. Kết hợp với đậu xắt nhỏ. trộn đậu xanh, hành tây, tỏi, tahini, bột cà ri, bột ớt, muối, tiêu và dầu hạt cải cho đến khi mịn.

c) Thêm vào hỗn hợp cắt nhỏ. Xả lúa mì đã nứt vào lưới lọc, dùng thìa ấn vào mặt sau để chiết ra chất lỏng dư thừa. Thêm vào bát với rau. Thêm vụn bánh mì.

d) Với bàn tay ướt, tạo hình thành 4 chiếc bánh mì kẹp thịt. Nướng 3 phút mỗi mặt trên vỉ nướng được phết dầu nhẹ

93.Nhóm burger chay sức khỏe

THÀNH PHẦN:

- ½ chén hành lá - xắt nhỏ
- ¼ chén ớt xanh - xắt nhỏ
- ¼ chén mùi tây - xắt nhỏ
- ¼ thìa cà phê Tiêu trắng
- 2 tép tỏi - thái hạt lựu
- ½ cốc phô mai Mozzarella thuần chay - bào
- ¾ chén gạo lứt
- ⅓ cốc ;nước -- rượu trắng
- ½ cốc cà rốt - cắt nhỏ
- ⅔ chén hành tây – xắt nhỏ
- 3 cọng cần tây – cắt nhỏ
- 1¼ thìa cà phê muối nêm
- ¾ thìa cà phê húng tây
- ½ cốc phô mai Cheddar thuần chay - bào
- 2 chén bột yến mạch - nhanh chóng
- ¾ cốc lúa mì Bulgur

HƯỚNG DẪN:

a) Nấu cơm và lúa mì bulgur. om rau trong chảo có nắp đậy trong -2-3 phút, khuấy một hoặc hai lần.
b) Rau vẫn phải giòn. Xả thật kỹ; trộn với cơm và phô mai cho đến khi phô mai tan chảy một chút.
c) Trộn các thành phần còn lại. Tạo hình thành những miếng chả 4 ounce. Nấu khoảng 10 phút trên chảo nướng hoặc chảo chống dính, sử dụng bình xịt nấu ăn.
d) Phục vụ trên một chiếc bánh mì nguyên hạt.

94.Bánh mì kẹp thịt chay của Jack

THÀNH PHẦN:

- 2 chén đậu lăng nấu chín
- 1 chén nấm Portobello hun khói,
- 1 cốc lúa mì Bulgur
- 2 tép tỏi nướng,
- 1 cốc vụn bánh mì nguyên hạt
- 1 muỗng canh Worcestershire
- 2 muỗng canh dầu óc chó
- ¼ thìa cà phê Tarragon, băm nhỏ
- Muối và hạt tiêu cho vừa ăn

HƯỚNG DẪN:

a) Chuẩn bị một bếp nướng bằng củi hoặc than và đốt thành than hồng.
b) Trong một tô trộn lớn, nghiền đậu lăng cho đến khi mịn.
c) Thêm tất cả các thành phần khác và trộn cho đến khi kết hợp hoàn toàn.
d) Làm lạnh trong ít nhất 2 giờ.
e) Tạo thành bánh mì kẹp thịt. Quét dầu ô liu lên bánh mì kẹp thịt và nướng mỗi mặt trong 6 phút hoặc cho đến khi chín.
f) Ăn nóng với gia vị yêu thích của bạn.

95.Burger đậu phụ nấm

THÀNH PHẦN:

- ½ chén yến mạch cán
- 1¼ chén hạnh nhân cắt nhỏ
- 1 muỗng canh dầu ô liu hoặc dầu hạt cải
- ½ chén hành lá xắt nhỏ
- 2 thìa cà phê tỏi băm
- 1½ cốc cremini cắt nhỏ
- ½ chén cơm chín; basmati nâu
- ⅓ cốc phô mai cheddar thuần chay
- ⅔ cốc Đậu phụ nghiền nhuyễn
- 1 trứng lớn; thêm
- 1 lòng trắng trứng; bị đánh nhẹ
- 3 muỗng canh rau mùi tây xắt nhỏ
- ½ chén vụn bánh mì khô
- 6 lát phô mai mozzarella tươi; nếu muốn

HƯỚNG DẪN:

a) Đun nóng dầu trong chảo rồi xào hành, tỏi và nấm ở lửa vừa phải cho đến khi mềm và có màu nhạt. Thêm yến mạch và tiếp tục nấu thêm 2 phút nữa, khuấy liên tục.

b) Trộn hỗn hợp hành tây với cơm, phô mai, đậu phụ, trứng. Mùi tây, vụn bánh mì và hạnh nhân rồi khuấy đều. Nêm muối và tiêu cho vừa ăn. Tạo thành 6 miếng chả và xào hoặc nướng cho đến khi bên ngoài vàng và giòn.

c) Phủ một lát phô mai mozzarella tươi và một hoặc hai thìa cà phê salsa tươi lên trên và dùng ngay hoặc giữa các lát bánh mì nguyên hạt nướng.

96.trứng Veggie Burgers

THÀNH PHẦN:

- ½ củ hành tây cắt nhỏ
- ½ chén đậu lăng xanh nấu chín
- ⅓ chén đậu Hà Lan nấu chín
- 1 củ cà rốt bào
- 1 muỗng canh mùi tây tươi cắt nhỏ
- 1 thìa cà phê Tamari
- 2 cốc vụn bánh mì
- ¼ chén bột mì
- 1 quả trứng đánh

HƯỚNG DẪN:

a) Xào hành tây cho đến khi mềm Trộn tất cả các nguyên liệu trừ bột mì và để nguội Tạo thành hỗn hợp thành từng miếng và cho vào chảo rán vàng nâu.

b) Đậu lăng xanh mất khoảng một giờ để nấu từ trạng thái khô, nhưng chúng đông lạnh tốt, vì vậy hãy làm một bó lớn cùng một lúc.

97. Bánh mì kẹp thịt chay TexMex

THÀNH PHẦN:

- 15 ¼ ounce Ngô nguyên hạt đóng hộp
- ½ cốc chất lỏng dành riêng
- ½ chén bột ngô
- ½ chén hành tây; Thái nhỏ
- ⅓ chén ớt chuông đỏ; Thái nhỏ
- ½ muỗng cà phê vỏ chanh; nạo
- ¼ chén cơm trắng đã nấu chín
- 3 thìa ngò tươi; băm nhỏ
- 4 muỗng cà phê ớt Jalapeno
- ½ thìa cà phê thì là xay
- 4 bánh bột mì không béo; 9 đến 10 inch
- 8 muỗng canh Kem chua nhẹ
- 8 muỗng canh salsa mua

HƯỚNG DẪN:

a) Trộn ½ cốc hạt ngô và 1 thìa bột ngô trong máy xay cho đến khi tạo thành các khối ẩm. Thêm ¾ cốc hạt ngô; xử lý 10 giây

b) Chuyển hỗn hợp ngô vào chảo chống dính vừa nặng. Thêm ½ cốc nước ngô, hành tây, ớt chuông và vỏ chanh. Đậy nắp và nấu trên lửa rất thấp cho đến khi đặc và chắc, khuấy thường xuyên trong 12 phút. Trộn gạo, ngò, ớt jalapeño, muối và thì là. Thả ¼ hỗn hợp lên mỗi 4 miếng giấy bạc; ép miếng thành miếng dày ¾ inch.

c) Chuẩn bị thịt nướng. Xịt chất chống dính lên cả hai mặt của bánh mì kẹp thịt; nướng cho đến khi giòn, khoảng 5 phút mỗi mặt. Nướng bánh ngô cho đến khi dẻo, khoảng 30 giây mỗi mặt

98.Bánh mì kẹp thịt quả óc chó và rau củ

THÀNH PHẦN:

- ½ củ hành đỏ
- 1 sườn cần tây
- 1 củ cà rốt
- ½ quả ớt chuông đỏ
- 1 cốc quả óc chó, nướng, xay
- ½ chén vụn bánh mì
- ½ cốc mỳ ống orzo
- 2 quả trứng
- Muối và tiêu
- bánh bao
- lát bơ
- Những lát phô mai Thụy Sĩ thuần chay
- Những lát hành đỏ
- Catsup
- Mù tạc

HƯỚNG DẪN:

a) Xào hành tây cần tây, cà rốt và ớt chuông đỏ trong 1 thìa dầu cho đến khi mềm

b) Che nếu muốn. Có thể thêm tỏi nếu muốn. Thêm các loại hạt, vụn và gạo.

c) Tạo thành từng miếng chả. Chiên trong dầu 1t cho vàng. Đặt trên búi tóc và lắp ráp.

99.Burger nấm hoang dã

THÀNH PHẦN:

- 2 muỗng cà phê dầu ô liu
- 1 củ hành vàng vừa; băm nhỏ
- 2 củ hẹ; gọt vỏ và băm nhỏ
- ⅛ thìa cà phê muối
- 1 chén nấm hương khô
- 2 tách nấm Portobello
- 1 gói Đậu phụ Mori_Nu Lite
- ⅓ cốc mầm lúa mì nướng
- ⅓ cốc vụn bánh mì
- 2 muỗng canh nước tương Lite
- 2 muỗng canh sốt Worcestershire
- 1 muỗng cà phê hương liệu khói lỏng
- ½ thìa cà phê tỏi băm
- ¾ cốc yến mạch nấu nhanh

HƯỚNG DẪN:

a) Xào hành, hẹ tây và muối trong dầu ô liu khoảng 5 phút.
b) Thân nấm hương làm mềm; băm nhỏ với nấm tươi trong máy xay thực phẩm. Thêm vào hành tây.
c) Nấu 10 phút, thỉnh thoảng khuấy để tránh bị dính.
d) Trộn nấm với đậu phụ nghiền, thêm các nguyên liệu còn lại vào và trộn đều. Làm ướt tay để chống dính và tạo thành từng miếng chả.
e) Nướng trong 25 phút, sau 15 phút quay lại một lần.

100. Bánh mì kẹp thịt xông khói thuần chay

THÀNH PHẦN:

- 1 cốc (100 g) hạt TVP
- 2 thìa canh (30 ml) nước sốt bít tết
- 1 thìa canh (15 ml) khói lỏng
- ¼ cốc (60 ml) dầu hạt cải
- 1/3 cốc (85 g) bơ đậu phộng
- ½ cốc (72 g) bột mì gluten quan trọng
- ½ cốc (50 g) miếng thịt xông khói giả
- ¼ cốc (30 g) men dinh dưỡng
- 1 thìa canh (7 g) ớt bột
- 1 thìa canh (6 g) bột tỏi
- 1 thìa cà phê tiêu đen xay

HƯỚNG DẪN:

a) Hoàn nguyên TVP bằng cách trộn TVP, nước, sốt bít tết và khói lỏng trong một chiếc bát an toàn với lò vi sóng, đậy kín bằng màng bọc thực phẩm và cho vào lò vi sóng ở nhiệt độ cao trong 5 phút hoặc đổ nước sôi lên TVP, sốt bít tết , và khói lỏng, sau đó đậy nắp và để yên trong 10 phút.

b) Thêm dầu và bơ đậu phộng vào hỗn hợp TVP. Trong một bát trộn, trộn gluten lúa mì, thịt xông khói, men, ớt bột, bột tỏi và hạt tiêu đen.

c) Thêm hỗn hợp TVP vào hỗn hợp bột và nhào cho đến khi kết hợp tốt. Đậy nắp và để yên trong 20 phút.

d) Tạo thành 4 đến 6 miếng và chuẩn bị theo ý muốn. Nếu nướng, nướng từ 5 đến 7 phút mỗi mặt.

PHẦN KẾT LUẬN

Khi chúng tôi kết thúc cuộc hành trình xuyên qua vương quốc hạnh phúc của bánh mì kẹp thịt, chúng tôi hy vọng cuốn sách nấu ăn này sẽ giúp bạn trở thành một người sành bánh mì kẹp thịt thực sự, có khả năng tạo ra những sáng tạo dành cho người sành ăn khiến gia đình và bạn bè của bạn phải trầm trồ.

Hãy nhớ rằng, bánh mì kẹp thịt không chỉ là một chiếc bánh sandwich—nó còn thể hiện nghệ thuật ẩm thực của bạn. Khả năng là vô tận, từ thử nghiệm các cách kết hợp hương vị độc đáo đến khám phá các kỹ thuật nấu ăn và phong cách trình bày khác nhau. Hãy sử dụng các công thức và kỹ thuật mà chúng tôi đã chia sẻ làm nền tảng, sau đó để khả năng sáng tạo của bạn bay cao.

Chia sẻ những sáng tạo bánh mì kẹp thịt của bạn với những người thân yêu, tổ chức các buổi họp mặt theo chủ đề bánh mì kẹp thịt và kỷ niệm niềm vui được đến với nhau vì cùng yêu thích những món ăn ngon. Với mỗi miếng ăn, bạn có thể thưởng thức sự hài lòng của một chiếc bánh mì kẹp thịt được chế biến khéo léo và những kỷ niệm được tạo ra xung quanh nó.

Cảm ơn bạn đã tham gia cùng chúng tôi trong cuộc phiêu lưu đầy bánh mì kẹp thịt này. Chúc các buổi nướng của bạn thành công rực rỡ, miếng chả của bạn luôn ngon ngọt và vị giác của bạn mãi mãi nhảy múa với hương vị hạnh phúc của bánh mì kẹp thịt. Chúc bạn nướng ngon miệng và ngon miệng!

www.ingramcontent.com/pod-product-compliance
Lightning Source LLC
LaVergne TN
LVHW011038061026
849535LV00006B/2080